AF747750

സമകാലിക ശാസ്ത്രവും
വൈരുധ്യാത്മക ഭൗതികവാദവും

samakalika sasthravum
vairudhyatmaka bhouthikavadavum

•

dr. t jayaraman

•

first edition
october 2013

•

typesetting and published
chintha publishers, thiruvananthapuram

•

printed

•

cover
midas

വിതരണം

ദേശാഭിമാനി ബുക്ക് ഹൗസ്

H O തിരുവനന്തപുരം–695 035
phone: 0471-2303026, 6063026
www.chinthapublishers.com
chinthapublishers@gmail.com

ബ്രാഞ്ചുകൾ

ഹെഡ്ഓഫീസ് ബ്രാഞ്ച് കുന്നുകുഴി • ഓവർബ്രിഡ്ജ് തിരുവനന്തപുരം • സ്റ്റാച്യു തിരുവനന്തപുരം • കെ എസ് ആർ ടി സി ബസ് സ്റ്റേഷൻ ആലപ്പുഴ • കെ എസ് ആർ ടി സി ബസ് സ്റ്റേഷൻ എറണാകുളം • മച്ചിങ്ങൽ ലെയ്ൻ തൃശൂർ • ഐ ജി റോഡ് കോഴിക്കോട് • മാവൂർ റോഡ് കോഴിക്കോട് • എൻ ജി ഒ യൂണിയൻ ബിൽഡിങ് കണ്ണൂർ • സെൻട്രൽ ബസ് ടെർമിനൽ കോംപ്ലക്സ് താവക്കര കണ്ണൂർ

CO - 1981 / 3342

സമകാലിക ശാസ്ത്രവും വൈരുധ്യാത്മക ഭൗതികവാദവും

ഡോ. ടി ജയരാമൻ

ചിന്ത പബ്ലിഷേഴ്സ്
തിരുവനന്തപുരം-695 035

ഡോ. ടി ജയരാമൻ

മുംബൈ ടാറ്റ ഇൻസ്റ്റിറ്റ്യൂട്ട് ഓഫ് സോഷ്യൽ സയൻസിലെ സ്കൂൾ ഓഫ് ഹാബിറ്റാറ്റ് സ്റ്റഡീസിൽ പ്രൊഫസർ, ചെയർ പേഴ്സൺ, ഡീൻ എന്നീ നിലകളിൽ പ്രവർത്തിക്കുന്നു.

ഉള്ളടക്കം

പ്രസാധകക്കുറിപ്പ്

നൂറ്റമ്പത് വർഷങ്ങൾക്കുമുമ്പ് രൂപംകൊണ്ട വൈരുധ്യാത്മക ഭൗതികവാദം ആധുനികശാസ്ത്ര സാങ്കേതിക മുന്നേറ്റത്തിന്റെ ഈ ഘട്ടത്തിലും അചഞ്ചലമായി നിലകൊള്ളുന്നതെങ്ങനെയെന്ന് പരിശോധിക്കുകയാണ് ഡോ. ടി ജയരാമൻ ഈ ലഘുഗ്രന്ഥത്തിൽ. ആധുനിക ശാസ്ത്രത്തിലെ സവിശേഷതകൾ പരിശോധിക്കുന്നതിനൊപ്പം തത്വശാസ്ത്രത്തിൽ അത് എങ്ങനെ പ്രതിഫലിക്കുന്നു എന്ന കാര്യവും പരിശോധനാവിധേയമാക്കുന്നു.

'സൈദ്ധാന്തിക പഠനങ്ങൾ' എന്ന സീരീസിൽ ഞങ്ങൾ പ്രസിദ്ധീകരിക്കുന്ന ലഘു ഗ്രന്ഥപരമ്പരയിലെ ആദ്യ പുസ്തകമാണിത്. മനുഷ്യജീവിതവും പ്രകൃതിയും ശാസ്ത്രവും തത്വശാസ്ത്രവും ഇഴചേർക്കപ്പെടുന്ന സവിശേഷ അവസ്ഥയെപ്പറ്റിയുള്ള സമഗ്രമായ ചിത്രം ലഭ്യമാക്കാൻ ഈ ഗ്രന്ഥം സഹായിക്കും.

ചിന്ത പബ്ലിഷേഴ്സ്

മുഖവുര

വൈരുധ്യാത്മക ഭൗതികവാദം എന്ന പേരിൽ ഇന്ന് നാം അംഗീകരിക്കുന്ന തത്വശാസ്ത്രം രൂപംകൊണ്ടിട്ട് ഇപ്പോൾ നൂറ്റിയമ്പതിലേറെ വർഷം പിന്നിട്ടിരിക്കുന്നു. ഈ തത്വശാസ്ത്രം രൂപീകൃതമായ കാലഘട്ടത്തിൽ പല ശാസ്ത്രശാഖകളും പുരോഗതിയിലേക്കുള്ള മുന്നേറ്റത്തിന്റെ ഘട്ടത്തിലൂടെ കടന്നുപോകുകയായിരുന്നു. ഡാർവിന്റെ ഗ്രന്ഥം ഒരു തരത്തിലുള്ള ഒരു കുതിച്ചുചാട്ടം സൃഷ്ടിച്ചതോടെ ജീവശാസ്ത്രം വ്യത്യസ്തമായിരുന്നു; എന്നാൽ മറ്റു ശാസ്ത്രശാഖകൾ മൗലികമായ പരിവർത്തന ഘട്ടത്തിൽ എന്നതിലുപരി പുരോഗതിയിലേക്കുള്ള പരിണാമദശയിലായിരുന്നു എന്നാണ് തോന്നുന്നത്. ഇതെല്ലാംതന്നെ ഇരുപതാം നൂറ്റാണ്ടിന്റെ ആദ്യപകുതിയോടെ മാറി മറിഞ്ഞു. ഈ കാലഘട്ടം അടയാളപ്പെടുത്തുന്നത് സോഷ്യലിസ്റ്റ് വിപ്ലവത്തിന്റെയും ശാസ്ത്രശാഖകളുടെ അടിസ്ഥാനപരമായ മുന്നേറ്റത്തിന്റെയും ആർപ്പുവിളികൊണ്ടാണ്. അതേ തുടർന്നുണ്ടായ പല പരിവർത്തനങ്ങളും–സാമൂഹ്യ, രാഷ്ട്രീയ ലോകത്തിലും ഭൗതിക ലോകത്തെ സംബന്ധിച്ച മനുഷ്യന്റെ അറിവിന്റെ കാര്യത്തിലും ഉണ്ടായ പരിവർത്തനങ്ങൾ–പ്രകൃതിയുടെ വൈരുധ്യാത്മകതയെ സംബന്ധിച്ച തങ്ങളുടെ ധാരണകൾ പുതുക്കുന്നതിന് വൈരുധ്യാത്മക ഭൗതികവാദികൾക്ക് വ്യക്തമായും വിലപ്പെട്ടവയാണ്. ശ്രദ്ധാപൂർവം കൈകാര്യംചെയ്യേണ്ട ഒരു ധാരണയാണ് ഇത്. ഇത്തരം ഒരു നിയോഗം ഭാഗികമായെങ്കിലും പൂർത്തിയാക്കുന്നതിന് നിരവധിപേരുടെ കൂട്ടായ പരിശ്രമം ആവശ്യമാണ്.

സമകാലിക ശാസ്ത്രവുമായി ബന്ധപ്പെട്ട വൈരുധ്യാത്മക ഭൗതികവാദത്തിന്റെ ചില വശങ്ങളെക്കുറിച്ചുള്ള ഒരു ഏകദേശ അവലോകന

ത്തിന് മാത്രമേ ഈ കുറിപ്പിൽ ശ്രമിക്കുന്നുള്ളൂ. ചുവടെ ചേർക്കുന്ന വിഷയങ്ങൾ കൈകാര്യം ചെയ്യുന്ന നാല് ഭാഗങ്ങൾ ഈ കുറിപ്പിലുണ്ട്.

എ) വൈരുധ്യാത്മകഭൗതികവാദത്തിന്റെ ചില പ്രമുഖ കർമമേഖലകളുമായി ബന്ധപ്പെട്ട സമകാലിക ശാസ്ത്രത്തിന്റെ ചില മുഖ്യവിഷയങ്ങൾ സംബന്ധിച്ച ഒരു അവലോകനം.

ബി) ഇരുപതാം നൂറ്റാണ്ടിലെ ശാസ്ത്രപുരോഗതിയോട് ബൂർഷ്വാ തത്വശാസ്ത്രത്തിനുള്ള പ്രതികരണത്തിന്റെ ഹ്രസ്വമായ ഒരു അവലോകനം.

സി) സോവിയറ്റ് യൂണിയനിലെ ശാസ്ത്രത്തെയും വൈരുധ്യാത്മക ഭൗതികവാദത്തെയും സംബന്ധിച്ച ചില ഹ്രസ്വമായ കുറിപ്പുകൾ.

ഡി) ശാസ്ത്രവുമായി ബന്ധപ്പെട്ട്, വിശിഷ്യാ വൈരുധ്യാത്മക വാദവുമായി ബന്ധപ്പെട്ട്, വൈരുധ്യാത്മക ഭൗതികവാദ വീക്ഷണം ഇപ്പോൾ നേരിടുന്ന വെല്ലുവിളികളെ കുറിച്ചുള്ള ചില നിരീക്ഷണങ്ങൾ.

1

ഇരുപതാം നൂറ്റാണ്ടിലെ ശാസ്ത്രത്തിന്റെ ചില മുഖ്യവിഷയങ്ങൾ

ഇരുപതാം നൂറ്റാണ്ടിലെ ശാസ്ത്രത്തിന്റെ ചില സുപ്രധാന മുന്നേറ്റങ്ങളെ കുറിച്ച് ചിലത് സ്മരിച്ചുകൊണ്ട് നമുക്ക് തുടങ്ങാം. വൈരുധ്യാത്മക ഭൗതികവാദ വീക്ഷണവുമായി ബന്ധപ്പെട്ട പരമ്പരാഗതമായ ചില വിഷയങ്ങളിലേക്ക് വെളിച്ചം വീശത്തക്കവിധം നമുക്ക് അങ്ങനെ ചെയ്യാവുന്നതാണ്. നിശ്ചയമായും ചർച്ച ചെയ്യപ്പെടേണ്ടതായുള്ള ചില നിഗൂഢവശങ്ങൾ ഈ മുന്നേറ്റങ്ങളിലുണ്ട്. എന്നാൽ ഈ കുറിപ്പുകളിൽ വിവരണാത്മകമായ ചില ഉദാഹരണങ്ങളിലേക്ക് പിന്നീട് നമുക്ക് പോകാവുന്നതാണ്.

"പരമ്പരാഗതമായ വിഷയങ്ങൾ" എന്ന പദപ്രയോഗംകൊണ്ട് ഇവിടെ അർഥമാക്കിയിരിക്കുന്നത് ചുവടെ ചേർക്കുംവിധമാണെന്ന് വായനക്കാരെ ഓർമിപ്പിക്കട്ടെ:

പദാർഥത്തിനുമേൽ മനസിനുള്ള മേധാവിത്വം.

പദാർഥമെന്നാൽ മനുഷ്യന്റെ അസ്തിത്വത്തിൽ നിന്നോ മനുഷ്യന്റെ അവബോധത്തിൽ നിന്നോ സ്വതന്ത്രമായ നിലനിൽപ്പുള്ള, മുഖ്യമായും വസ്തുനിഷ്ഠമായ യാഥാർഥ്യമാണെന്ന കാഴ്ചപ്പാട്. പദാർഥവും ഊർജവും അന്യോന്യം രൂപഭേദം വരുത്താവുന്നതാണ്.

മനുഷ്യമസ്തിഷ്കം പദാർഥത്തിന്റെ സുസംഘടിതവും ഏറ്റവും ഉയർന്നതുമായ രൂപമാണ്.

പദാർഥം സദാ ചലിച്ചുകൊണ്ടിരിക്കുന്നു. ചലനമില്ലാതെ പദാർഥമില്ല.

എല്ലാ വസ്തുക്കളും പ്രക്രിയകളും പരസ്പരബന്ധിതവും പരസ്പരാശ്രിതവുമാണ്.

മുൻകൂട്ടി നിർമിക്കപ്പെട്ടിട്ടുള്ള വസ്തുക്കളുടെയും സാധനങ്ങളു

ടെയും ഒരു കൂട്ടം എന്ന നിലയിലല്ല, മറിച്ച് പ്രക്രിയകളുടെ ഒരു ശൃംഖല എന്ന നിലയിലാണ് ലോകം മനസിലാക്കപ്പെടേണ്ടത്. അതിൽ എല്ലാ വസ്തുക്കളും സാധനങ്ങളും നിരന്തരമായ മാറ്റങ്ങൾക്കും വികാസത്തിനും വിധേയമാണ്.

വികസനം എന്ന പദം ചലനവുമായും വളർച്ചയുമായും ബന്ധപ്പെട്ടിരിക്കുന്നു.

പദാർഥത്തിന്റെ വികാസത്തിന്റെ അടിസ്ഥാന നിയമങ്ങൾ ഇവയാണ്:

എ) വിപരീതങ്ങളുടെ ഐക്യവും സമരവും വികാസത്തിന് ഇടയാക്കുന്നു.

ബി) ഗണപരമായ മാറ്റങ്ങൾ ഗുണപരമായ മാറ്റങ്ങൾക്കിടയാക്കുന്നു.

സി) നിഷേധത്തിന്റെ നിഷേധം എന്ന നിയമം.

ഒരുപക്ഷേ, മൊത്തത്തിലുള്ള ശാസ്ത്രപുരോഗതിയുമായി ബന്ധപ്പെട്ട് മാർക്സിസ്റ്റുകാരുടെ നിലപാടും കാഴ്ചപ്പാടും മാർക്സിന്റെ ശവകുടീരത്തിൽവെച്ച് എംഗൽസ് നടത്തിയ പ്രസംഗത്തിൽ കണ്ടെത്താനാവും.

> എന്നാൽ ഇത് അർധമാനവൻ പോലുമായിരുന്നില്ല. മാർക്സിനെ സംബന്ധിച്ചിടത്തോളം ശാസ്ത്രം ചരിത്രപരമായി ചലനാത്മകമായ വിപ്ലവപ്രക്രിയയായിരുന്നു. എന്നാൽ, ഏതെങ്കിലും ഒരു സൈദ്ധാന്തിക ശാസ്ത്രത്തിലെ പുതിയ കണ്ടുപിടിത്തത്തെ, അതിന്റെ പ്രായോഗികമായ പ്രവർത്തനം ഇനിയും സങ്കൽപ്പാതീതമാണെങ്കിൽ പോലും, അദ്ദേഹം തികച്ചും ആവേശത്തോടും ആഹ്ലാദത്തോടുംകൂടിയാണ് സ്വാഗതം ചെയ്തിരുന്നത്; അത്തരം ഒരു കണ്ടുപിടിത്തം വ്യവസായത്തിൽ പെട്ടെന്നുള്ള മാറ്റങ്ങൾക്കിടയാക്കുന്നതും മൊത്തത്തിൽ ചരിത്രപരമായ നയ വികാസത്തിന് ഇടയാക്കുന്നതും ആകുമ്പോൾ അദ്ദേഹം അനുഭവിച്ച അളവറ്റ ആഹ്ലാദം മറ്റൊരു തരത്തിലായിരുന്നു.

ഈ ഭാഗത്തിന്റെ തുടർന്നുള്ള വരികൾ, ശാസ്ത്രത്തിന്റെ മുന്നേറ്റം പരിപൂർണമായും വിജയത്തിന്റേതാണെന്നും ഈ ഭൗതികലോകത്തെ സംബന്ധിച്ച ശാസ്ത്രീയ വീക്ഷണത്തിൽ അസംഖ്യം വൈരുധ്യങ്ങൾ നിരന്തരം പ്രത്യക്ഷപ്പെടുന്നതിന് ഇടയാക്കിയിട്ടുള്ള തെറ്റായ തുടക്കങ്ങളും തെറ്റായ സങ്കൽപ്പനങ്ങളുടെ അടിസ്ഥാനത്തിലുള്ള തെറ്റായ ഗവേഷണരീതികൾ പിന്തുടരലും ഒന്നും കൂടാതെയാണ് ശാസ്ത്രം പുരോഗമിക്കുന്നതെന്നും അർഥമാക്കുന്നില്ല. എന്നാൽ കഴിഞ്ഞ നൂറ്റാണ്ടിലുടനീളം ശാസ്ത്രീയ വിജ്ഞാനത്തിലുണ്ടായ മുന്നേറ്റത്തെ വീക്ഷിക്കുമ്പോൾ, ശാസ്ത്രത്തിന്റെ പ്രയോഗത്തിൽ വെളിപ്പെട്ടത് പ്രകാരമുള്ള ശാസ്ത്രത്തിന്റെ ‘‘നൈസർഗികമായ വൈരുധ്യാത്മക ഭൗതികവാദ”

സവിശേഷതയ്ക്ക് നാം എപ്പോഴും ഊന്നൽ നൽകേണ്ടതാണ്.

സമകാലിക ശാസ്ത്രത്തിന്റെ വികാസവുമായി ബന്ധപ്പെട്ട് തികച്ചും അജ്ഞേയവാദത്തിന് അനുകൂലമായി ശാസ്ത്രത്തിന്റെ ഈ വശത്തെ അവഗണിക്കുന്നത് വൈരുധ്യേതരമായ കാഴ്ചപ്പാടാണ്. ഒരുവശത്ത്, ബൂർഷ്വാസമൂഹം കീഴടക്കപ്പെടുമ്പോൾ സോഷ്യലിസത്തിന് കീഴിലുള്ള ശാസ്ത്രം സമകാലിക ശാസ്ത്രത്തിന്റെ വലിയൊരളവു വരെയുള്ള ഒരു തിരസ്കരിക്കലായിരിക്കുമെന്നും വൈരുധ്യാത്മകമായ നിഷേധമാകില്ലെന്നുമുള്ള മുൻവിധിയാണ് ഇത്തരം അജ്ഞേയവാദത്തിൽ അടങ്ങിയിരിക്കുന്നത്. അടിസ്ഥാനപരമായി ശാസ്ത്രം ആലോചനാപൂർണമായ ഒരു പ്രവർത്തനം മാത്രമല്ല, (ബൂർഷ്വാ തത്വശാസ്ത്രങ്ങൾ ഈ വീക്ഷണത്തിൽ ഒതുങ്ങി നിൽക്കാനാണ് നിരന്തരം ശ്രമിക്കുന്നത്) മറിച്ച്, ശാസ്ത്രീയ വിജ്ഞാനം കൈവരിക്കുന്നത് സൈദ്ധാന്തികമായ ചിന്തയിലൂടെ എന്നതുപോലെ തന്നെ പ്രകൃതിയിൽ മാനവരാശിയുടെ ബോധപൂർവമായ ഇടപെടലുകളിലൂടെയുമാണ്.

ചുരുക്കത്തിലുള്ള ചില നിരീക്ഷണങ്ങൾ

ചുരുക്കത്തിൽ, വൈരുധ്യാത്മക ഭൗതികവാദവുമായും 20–ാം നൂറ്റാണ്ടിലെ ശാസ്ത്രത്തിന്റെ വികാസവുമായും ബന്ധപ്പെട്ട് ചുവടെ ചേർക്കുന്ന കാര്യങ്ങളിൽ ശ്രദ്ധ പതിപ്പിച്ചുകൊണ്ട് നമുക്ക് ആരംഭിക്കാം:

♦ ആറ്റത്തിൻെറ ഘടനയെയും അതിന്റെ ഉപഘടനകളെയും സംബന്ധിച്ച ഭൗതിക ശാസ്ത്രജ്ഞരുടെ വീക്ഷണത്തിൽ ശ്രദ്ധേയമായവിധം പ്രാമാണീകരിക്കപ്പെട്ടിട്ടുള്ള, ശാസ്ത്രത്തെ സംബന്ധിച്ച തുറന്നതും സ്പഷ്ടവുമായ വീക്ഷണത്തിന്റെ ഭാഗമായാണ് ശാസ്ത്രത്തിന്റെ പ്രവർത്തനം അന്വേഷിക്കാനും മനസിലാക്കാനും ശ്രമിക്കുന്നത് എന്ന, മനസിൽ നിന്നും സ്വതന്ത്രമായ വസ്തുനിഷ്ഠ യാഥാർഥ്യത്തിന്റെ ഭൗതികവാദപരമായ കാഴ്ചപ്പാട്.

♦ ചലിക്കുന്ന പദാർഥവുമായി ബന്ധപ്പെട്ടതെന്ന നിലയിൽ ഇടത്തെയും കാലത്തെയും സംബന്ധിച്ച കാഴ്ചപ്പാട് ആപേക്ഷിക സിദ്ധാന്തം മൂലം ശ്രദ്ധേയമായ വിധം അഗാധമായിട്ടുണ്ട്.

♦ വസ്തുനിഷ്ഠ യാഥാർഥ്യം വ്യക്തമായ ചട്ടക്കൂടുള്ളതും അതേസമയം വേർതിരിക്കപ്പെട്ടതുമാണ്; പദാർഥത്തിന്റെ ചിട്ടപ്പെടുത്തലുകളുടെ പുതിയ തലത്തിൽ പുതിയ നിയമങ്ങൾ ആവശ്യമുണ്ട്; സമകാലികശാസ്ത്രം തികച്ചും പ്രത്യക്ഷമായ വിധത്തിൽ അതിനെ അങ്ങനെതന്നെ അംഗീകരിച്ചിട്ടുമുണ്ട്.

♦ ഭൗതികപദാർഥത്തിന്റെ കാര്യത്തിൽ, അളവിലുണ്ടാകുന്ന മാറ്റങ്ങളിൽനിന്ന് ഉയർന്നുവരുന്ന ഗുണപരമായ പരിവർത്തനങ്ങൾ ശാസ്ത്രത്തെ സംബന്ധിച്ച വ്യവസ്ഥാപിതമായ ധാരണയുടെ ഭാഗമായി മാറുന്നു.

♦ ശാസ്ത്രം സ്ഥിരമായി നൂതന രൂപങ്ങളിൽ വസ്തുനിഷ്ഠ യാ

ഥാർഥ്യത്തിന്റെ പരസ്പരബന്ധിതമായ പ്രകൃതത്തെ കണ്ടെത്തുകയാണ്. ഭൂമിയിൽ കണ്ടെത്തിയ ശാസ്ത്ര നിയമങ്ങളുടെ സാർവത്രിക സ്വഭാവം മൂലം പലപ്പോഴും പ്രപഞ്ചത്തിന്റെ മറ്റു മേഖലകളിലെ പ്രതിഭാസങ്ങളെകുറിച്ച് പ്രവചിക്കാനും വിശദീകരിക്കാനുമുള്ള അവയുടെ കഴിവും പ്രയോഗത്തിൽ സ്ഥാപിക്കപ്പെട്ടിട്ടുള്ളതാണ്.

♦ ക്വാണ്ടം ബലതന്ത്രത്തിന്റെ വികാസം തരംഗ-കണികാ ദ്വന്ദ്വത്തിന്റെ രൂപത്തിൽ ഭൗതികപദാർഥത്തിലെ ഒരു വസ്തുനിഷ്ഠവൈരുധ്യത്തെ മുന്നിലേക്ക് കൊണ്ടുവന്നു. വൈരുധ്യങ്ങൾ പ്രത്യക്ഷപ്പെടുന്നതും അവയ്ക്ക് പരിഹാരം കാണുന്നതും സമാന്തരമായിട്ടായിരിക്കുമെന്ന് നാം മുമ്പ് പഠിച്ചിരുന്നതിൽ നിന്നും വ്യത്യസ്തമാണ് ഭൗതികപദാർഥത്തിലെ വൈരുധ്യങ്ങളുടെ സ്വഭാവം. (ഉദാഹരണത്തിന്, ഗ്രഹങ്ങളുമായി ബന്ധപ്പെട്ട ചലനത്തിന്റെ കാര്യത്തിൽ, സൂര്യന്റെ ഗുരുത്വാകർഷണശക്തിയെ ഗ്രഹത്തിന്റെ വൃത്താകൃതിയിലുള്ള ചലനം കാരണം ബാഹ്യഭാഗത്തേക്കുള്ള ശക്തികൊണ്ട് സന്തുലിതമാക്കുന്നു.)

♦ ജീവശാസ്ത്രത്തിലുണ്ടായ വൈവിധ്യമാർന്ന മുന്നേറ്റങ്ങൾ എല്ലാ രൂപങ്ങളിലുമുള്ള ജീവനുള്ള പദാർഥങ്ങളുടെയും ഐക്യത്തെ സംബന്ധിച്ച് സംശയാതീതമായി സൂചിപ്പിക്കുന്നു.

♦ ജീവനുള്ള പദാർഥങ്ങളുടെ ''പ്രാഥമിക'' ഘടകങ്ങളെ സംബന്ധിച്ച കണ്ടുപിടിത്തവും ഈ ഘടകങ്ങൾക്കനുസരിച്ചുള്ള തന്മാത്രാ തലത്തിലുള്ള പ്രക്രിയകളുടെ പൊതുസംഘത്തിന്റെ കണ്ടുപിടിത്തവും ജീവനുള്ള പദാർഥത്തിന്റെ ഈ ഏകീകൃത വീക്ഷണത്തിനായുള്ള അടിത്തറ പ്രദാനം ചെയ്യുന്നു.

♦ ഈ കണ്ടുപിടിത്തങ്ങൾക്കൊപ്പം തന്നെ, വിശേഷിച്ച് 20-ാം നൂറ്റാണ്ടിലെ ജീവശാസ്ത്രത്തിന്റെ ഏറ്റവും മികച്ച നേട്ടങ്ങളിലൊന്ന് ജനിതക ശാസ്ത്രവുമായുള്ള പരിവർത്തനാത്മക ജീവശാസ്ത്രത്തിൻെറ ഉദ്ഗ്രഥനമാണ്. അതേ തുടർന്ന് ഈ കണ്ടുപിടിത്തങ്ങൾ ജീവനുള്ള പദാർഥത്തിന്റെ വികാസത്തെ സംബന്ധിച്ച പഠനത്തിൽ മുന്നോട്ടേക്കുള്ള ഒരു തള്ളിക്കയറ്റത്തിന് അരങ്ങൊരുക്കി. അതോടൊപ്പം ജൈവേതര പദാർഥത്തിലെ ഭൗതികവും രാസപരവുമായ പ്രക്രിയകളിലെ അതിന്റെ ഉൽപത്തിയിൽ നിന്ന് മനുഷ്യവംശത്തിന്റെ പരിവർത്തനത്തെ സംബന്ധിച്ച പഠനത്തിനും അരങ്ങൊരുക്കി. ഇവിടെ വികസനം എന്നാൽ വളർച്ചയും ചലനവും ഒത്തുചേർന്നതാണ് എന്ന അർഥത്തിൽ മനസിലാക്കപ്പെടണം.

♦ ആധുനിക പരിവർത്തനാത്മക ജീവശാസ്ത്രം വിശേഷവൽക്കരണം ഉൾപ്പെടെയുള്ള സ്ഥൂല പരിവർത്തനത്തിന്റെ തലത്തിൽ ഗുണപരമായി വ്യത്യസ്തമായ വിശദീകരണങ്ങൾ ആവശ്യമാണെന്ന് അംഗീകരിക്കുന്നു. എന്നാൽ അത് അനുയോജനത്തിന്റെയും പ്രകൃതി നിർദ്ധാരണത്തിന്റെയും അടിസ്ഥാന കാഴ്ചപ്പാടിന് വിരുദ്ധവുമല്ല.

♦ എല്ലാ പദാർഥങ്ങളും പരിവർത്തനത്തിന്റേതായ സ്ഥിരാവസ്ഥയിലാണ് എന്ന സങ്കൽപ്പനം ഇപ്പോൾ ജൈവ പദാർഥങ്ങളുടെയും

അജൈവ പദാർഥങ്ങളുടെയും എല്ലാ രൂപങ്ങളിലും എല്ലാ തലങ്ങളിലും ബാധകമാണെന്ന് പരിഗണിക്കപ്പെടുന്നു.

♦ പരോക്ഷമായി, ഭൗതിക പദാർഥങ്ങളുടെ കാര്യത്തിൽ പോലും വിവിധ അടിസ്ഥാന ശക്തികൾ മൂലമുള്ള ചലനങ്ങളെ നിയന്ത്രിക്കുന്ന ചലനനിയമം ഗണപരമായ മാറ്റത്തിന് ശേഷിയുള്ളതും പൊതുവെ പറഞ്ഞാൽ ഗുണപരമായ മാറ്റത്തിന് കൂടുതൽ സാധ്യതയുള്ളതും ആയി അംഗീകരിക്കപ്പെടുന്നു.

♦ മസ്തിഷ്കത്തിന്റെയും നാഡീവ്യവസ്ഥയുടെയും വൈവിധ്യമാർന്ന ഒട്ടേറെ പ്രവർത്തനങ്ങൾക്കായുള്ള സവിശേഷ സാമർഥ്യങ്ങൾക്ക് ഭൗതികവും രാസപരവും ജീവശാസ്ത്രപരവുമായ ഘടകങ്ങളിലെ ഭൗതികഅടിത്തറ ഇപ്പോൾ നാനാവിധത്തിൽ നന്നായി സ്ഥാപിക്കപ്പെട്ടിട്ടുണ്ട്.

20–ാം നൂറ്റാണ്ടിലെ ശാസ്ത്രത്തിന്റെ വികാസത്തെകുറിച്ചുള്ള ഈ നിരീക്ഷണങ്ങൾക്ക് ആധാരമായ കൂടുതൽ വിശദീകരണങ്ങളിലേക്ക് ഇനി നമുക്ക് കടക്കാം.

എ) ചലനാവസ്ഥയിലുള്ള പദാർഥത്തിന്റെ ധർമങ്ങൾ എന്ന നിലയിൽ ഇടവും കാലവും

ഇരുപതാംനൂറ്റാണ്ടിൽ ബലതന്ത്രം എന്ന ശാസ്ത്രം രണ്ട് വ്യത്യസ്ത കൈവഴികളിൽ മൗലികമായ പരിവർത്തനത്തിന് വിധേയമായി. ഇതിൽ ആദ്യത്തെ പരിവർത്തനം ആപേക്ഷികതാ സിദ്ധാന്തത്തോടുകൂടി ആരംഭിച്ചു–ആദ്യം ആപേക്ഷികത സംബന്ധിച്ച സവിശേഷ സിദ്ധാന്തവും ക്രമേണ ആപേക്ഷികത സംബന്ധിച്ച പൊതുസിദ്ധാന്തവും. ഇടവും കാലവും ചലനാവസ്ഥയിലുള്ള പദാർഥത്തിന്റെ ധർമങ്ങൾ ആണെന്ന ധാരണയെ ഇവ രണ്ടും ബലപ്പെടുത്തി. വിശേഷ ആപേക്ഷികതാ സിദ്ധാന്തത്തിൽ പദാർഥവും ഊർജവും പരസ്പരം പരിവർത്തനം വരുത്താവുന്നതാണ്. ശാസ്ത്രത്തിൽ ഇതേവരെ ആധിപത്യം പുലർത്തിയിരുന്ന ഇവ രണ്ടും തമ്മിലുള്ള പരമ്പരാഗതമായ വേർതിരിവിനെ ഇത് തകർക്കുന്നു. പദാർഥത്തിന്റെ ചലനത്തിലെ ആന്തരികമായ ഒരു വശമായിട്ടാണ് കാലം കാണിക്കപ്പെടുന്നത്; പദാർഥം സ്ഥിതി ചെയ്യുന്ന പശ്ചാത്തലത്തിലുള്ള (പുറമെയുള്ള) ഒന്നായിട്ടല്ല. (നിശ്ചയമായും ഇത് പദാർഥത്തിൽനിന്ന് സ്വതന്ത്രമായതോ ശരിക്കും വസ്തുനിഷ്ഠ യാഥാർഥ്യമായതോ ആയ ഒരു ആത്മീയ സങ്കൽപ്പനമെന്ന നിലയിലല്ല). ഇടവും കാലവും ഒരേ അടിസ്ഥാനത്തിലാണ് കാണിച്ചിട്ടുള്ളത്. ചലനാവസ്ഥയിലുള്ള പദാർഥത്തിന്റെ ധർമമാണ് ഇടം–കാലം; ഇടവും കാലവും എന്ന രണ്ട് സ്വതന്ത്രധർമങ്ങളല്ല ഇവ.

പൊതു ആപേക്ഷികതാ സിദ്ധാന്തം കാര്യങ്ങളെ കുറേക്കൂടി മുന്നോട്ട് കൊണ്ടുപോകുന്നു; ഐകരൂപ്യമുള്ള ചലനം മാത്രമല്ല ത്വരിതഗതിയിലുള്ള ചലനം പോലും പദാർഥത്തിന്റെ ആന്തരിക ധർമമായാണ് ഇത് കാണിക്കുന്നത്. ത്വരിതഗതിയിലുള്ള ചലനം ഗുരുത്വാകർഷണവു

മായി ബന്ധപ്പെട്ടിരിക്കുന്നു. നിശ്ചയമായും, ന്യൂട്ടനെ തുടർന്ന്, ഗുരുത്വാകർഷണം ഭൗതിക പദാർഥത്തിന്റെ ധർമമായാണ് അറിയപ്പെടുന്നത്. അത് അതിന്റെ വ്യത്യസ്ത രൂപങ്ങളുടെ ഗുണപരമായ സവിശേഷതകളെ ആശ്രയിച്ചുള്ളതല്ല. പൊതു ആപേക്ഷികതാ സിദ്ധാന്തം നിഗൂഢമായിട്ടാണെങ്കിലും ഏറക്കുറെ ആ അർഥത്തിലുള്ള ഭൗതിക പദാർഥത്തിന്റെ പരിവർത്തന സിദ്ധാന്തത്തിനും രൂപം നൽകി. പൊതു ആപേക്ഷികതാ സിദ്ധാന്തം സ്വാഭാവികമായും പ്രപഞ്ചത്തിന്റെയാകെ പരിവർത്തനത്തെ സംബന്ധിച്ച വിശദീകരണത്തിന് വഴിതെളിച്ചു. അതിൽ പ്രപഞ്ചം എന്ന പദപ്രയോഗത്തിൽ കാലത്തെയും ഇടത്തെയും പദാർഥത്തെയും സംബന്ധിച്ച എല്ലാകാര്യങ്ങളെയും അതിൽ ഉൾപ്പെടുത്തിയിരിക്കുന്നു. (ന്യൂട്ടോണിയൻ ബലതന്ത്രം തികച്ചും നിശ്ചലമായ ഒരു പ്രപഞ്ചത്തെക്കുറിച്ചല്ല വിശദീകരിച്ചിട്ടുള്ളത് എന്ന കാര്യം പ്രത്യേകം ശ്രദ്ധിക്കേണ്ടതുണ്ട്; ഐകരൂപ്യത്തോടെ നിരന്തരമായുള്ളതോ ഇടയ്ക്കിടെയുള്ളതോ ആയ ചലനത്തോടുകൂടിയ ഒന്നായി മാത്രമാണ് പ്രപഞ്ചം വിശേഷിപ്പിക്കപ്പെട്ടിരിക്കുന്നത്. ന്യൂട്ടന്റെ ചലനനിയമങ്ങളുടെ ഏറ്റവും മികച്ച മേന്മയായി ജെ ഡി ബെർണൽ വിശേഷിപ്പിച്ചിട്ടുള്ളത്, ഘർഷണത്തെ അതിജീവിക്കുന്ന ഒന്നെന്ന നിലയിലുള്ള ചലനത്തെ സംബന്ധിച്ച അരിസ്റ്റോട്ടിലിന്റെ കാഴ്ചപ്പാടിൽ നിന്നുള്ള വേർപിരിയൽ ആണ് അത് എന്നാണ്. ന്യൂട്ടന്റെ ഒന്നാമത്തെ ചലനനിയമം പ്രഖ്യാപിക്കുന്നത് ചലനം (ഐകരൂപ്യമുള്ള ചലനം മാത്രമാണെങ്കിൽ പോലും) പദാർഥത്തിന്റെ മൗലികമായ ധർമം ആണ് എന്ന നിലയിലാണ്.)

അങ്ങനെ പദാർഥമില്ലാതെ ചലനമില്ല എന്ന വൈരുധ്യാത്മക ഭൗതികവാദത്തിലെ ധാരണയെ വിശേഷ ആപേക്ഷികതാ സിദ്ധാന്തവും പൊതുആപേക്ഷികതാ സിദ്ധാന്തവും ഗണ്യമായ തോതിൽ ബലപ്പെടുത്തിയിരിക്കുകയാണ്.

ബി) തരംഗ–കണികാ ദ്വന്ദ്വത്തിന്റെ കണ്ടുപിടിത്തവും ക്വാണ്ടം ബലതന്ത്രത്തിന്റെ വികാസവും

ബലതന്ത്രത്തെ സംബന്ധിച്ച പരമ്പരാഗത വീക്ഷണത്തിൽ നിന്നുള്ള രണ്ടാമത്തെ മൗലികമായ വേർപിരിയൽ ക്വാണ്ടം ബലതന്ത്രം എന്ന് അറിയപ്പെടുന്ന സൂക്ഷ്മ ലോകത്തിലെ ബലതന്ത്രത്തിന്റെ വികാസം ആയിരുന്നു. അണുവിന്റേയും അതിന്റെ ഘടനയുടെയും കണ്ടുപിടിത്തം, അതേ തുടർന്ന് ഈ പുത്തൻ ബലതന്ത്രത്തെ കൂടാതെ ഈ പുതിയ കണ്ടുപിടിത്തങ്ങൾ വിശദീകരിക്കപ്പെടാനോ മനസിലാക്കപ്പെടാനോ പറ്റാത്തവിധം ഈ വികാസത്തെ അത് കൊണ്ടെത്തിച്ചു. ബലതന്ത്രത്തിന്റെ നിലവിലുള്ള സങ്കൽപ്പനങ്ങളോടുള്ള അപരിഹാര്യമായ വൈരുധ്യങ്ങളിലേക്ക് പോലും അത് വഴി തെളിച്ചു. ഉദാഹരണത്തിന്, ഹൈഡ്രജൻ ആറ്റത്തിൽ അതിന്റെ ന്യൂക്ലിയസ് (അണുകേന്ദ്രം) എന്ന നിലയിൽ ധനചാർജിതമായ പ്രോട്ടോണിനൊപ്പം അതിന് ചുറ്റും കറങ്ങുന്ന

ഇലക്ട്രോൺ കൂടിയാണെന്ന പരീക്ഷണങ്ങളിൽ തെളിയിക്കപ്പെട്ടിട്ടുണ്ട്. എന്നാൽ ക്ലാസിക്കൽ ബലതന്ത്രത്തിന്റെയും ഇലക്ട്രോ മാഗ്നറ്റിസത്തിന്റെയും കാഴ്ചപ്പാടിൽ ഇത്തരത്തിലുള്ള ഒരു ആറ്റം സുസ്ഥിരമായിരിക്കില്ല; കാരണം ഇലക്ട്രോൺ ധനചാർജിതമായ ന്യൂക്ലിയസിലേക്ക് നുഴഞ്ഞ് കയറുകയും അതിനെ ഉന്മൂലനം ചെയ്യുകയും ചെയ്യും.

ഈ വൈരുധ്യത്തിന് പരിഹാരം കണ്ടത് ക്വാണ്ടം ബലതന്ത്രമാണ്. ക്വാണ്ടം ബലതന്ത്രത്തിലെ ''ക്വാണ്ടം'' എന്ന പദം സൂചിപ്പിക്കുന്നത് ആറ്റങ്ങളുടെ സൂക്ഷ്മലോകത്തിൽ ഊർജം പോലെയുള്ള പദാർഥത്തിന്റെ വിവിധ ധർമങ്ങൾ-ഇലക്ട്രോണുകളും അവയുടെ ഘടകങ്ങളും - ഏറക്കുറെ ഇടയ്ക്കിടെ വ്യത്യസ്തങ്ങളായ മൂല്യങ്ങളേ സ്വീകരിക്കാറുള്ളു. അങ്ങനെ ഹൈഡ്രജൻ ആറ്റത്തിന്റെ കാര്യത്തിൽ അതിന്റെ ന്യൂക്ലിയസിനെ ചുറ്റിത്തിരിയുന്ന ഇലക്ട്രോണിന് തുടർച്ചയായ ഊർജനിര ഉണ്ടാവില്ല; ഊർജത്തിന്റെ സവിശേഷമായ മൂല്യങ്ങൾ മാത്രമേ ഉണ്ടാകൂ. ന്യൂക്ലിയസിനെ ഉന്മൂലനം ചെയ്യാൻ ഇലക്ട്രോണിന് അതിനുള്ളിലേക്ക് നുഴഞ്ഞ് കയറാൻ പറ്റാത്തത് എന്തുകൊണ്ടെന്ന് ഇത് വിശദീകരിക്കുന്നു. (ഇലക്ട്രോണിന്റെ ഊർജം നിരന്തരമായി കുറഞ്ഞു കൊണ്ടിരിക്കുന്നതു കൊണ്ടാണിത്)

പദാർഥത്തിന്റെ വിവിധ ഭൗതിക ധർമങ്ങൾക്ക് (ഊർജം, ചലനം എന്നിങ്ങനെ ഉള്ളവ) വ്യത്യസ്ത സാഹചര്യങ്ങളിൽ വ്യത്യസ്ത മൂല്യങ്ങളേ ഉണ്ടാകാറുള്ളു എന്ന ഈ സവിശേഷത നിരവധി പരീക്ഷണാത്മക പ്രതിഭാസങ്ങൾ സംശയാതീതമായും ശരിവെച്ചിരിക്കുന്നു. എന്നിരുന്നാലും, ഇത് എന്തുകൊണ്ട് ഇങ്ങനെ ആയിരിക്കുന്നു എന്ന് മനസിലാക്കാൻ പുതിയ ബലതന്ത്രത്തിന്റെ വികാസം ആവശ്യമായി വന്നു.

പുതിയ ബലതന്ത്രത്തിന്റെ വികാസത്തിലെ ഒരു നിർണായക ഘടകം എല്ലാ ''കണികകളെ'യും തരംഗങ്ങളായും കണികകളായും കണക്കാക്കാം എന്ന കണ്ടുപിടിത്തമായിരുന്നു. പ്രകാശത്തിൽ നിന്നു തന്നെയാണ് ഈ കണ്ടുപിടിത്തം ആരംഭിച്ചത്. 250 ൽ ഏറെ വർഷങ്ങൾക്ക് മുമ്പ് തന്നെ പ്രകാശം തരംഗം പോലെയുള്ള പ്രകൃതം ഉള്ളതായി പരിഗണിക്കപ്പെട്ടിരുന്നെങ്കിലും ഫോട്ടോ-ഇലക്ട്രിക് പ്രഭാവം പോലെയുള്ള ചില ഭൗതിക സാഹചര്യങ്ങളിൽ അത് കണികയെപ്പോലെ പെരുമാറുന്നതായി കണ്ടിരുന്നു. ഇത്തരം സാഹചര്യങ്ങളിൽ പ്രകാശത്തിന്റെ തരംഗം പോലെയുള്ള പ്രകൃതം പ്രകടിപ്പിക്കപ്പെടാറുമില്ല. അതേ തുടർന്ന്, ഇലക്ട്രോണിൽ നിന്ന് തുടങ്ങി എല്ലാ കണികകൾക്കും തരംഗവും കണികയുമെന്ന ഈ ഇരട്ട സ്വഭാവം ശരിയായിട്ടുള്ളതുതന്നെ എന്ന് സ്ഥാപിക്കപ്പെടുകയും ചെയ്തു. ക്ലാസിക്കൽ ബലതന്ത്രത്തിൽ, വസ്തുക്കളുടെ തരംഗ സ്വഭാവവും കണികാ സ്വഭാവവും പരസ്പരബന്ധമില്ലാത്തതായി വേറിട്ട് നിൽക്കുന്നു.

ഈ കണ്ടുപിടിത്തത്തിന്റെ പ്രാധാന്യത്തിന് അമിത ഊന്നൽ നൽകേണ്ടതില്ല; കാരണം അത് ഭൗതിക ലോകത്തിലെ പ്രത്യക്ഷവും പ്രക

ടവുമായ വൈരുധ്യത്തിന്റെ ആദ്യ കണ്ടുപിടിത്തമായിരുന്നു. ഈ ''തരംഗ കണികാ ദ്വന്ദ്വ''വും അനുപൂരകത്വം സംബന്ധിച്ച അതുമായി ബന്ധപ്പെട്ട സങ്കൽപ്പനവും (പുതിയ ബലതന്ത്രത്തിന്റെ ശിൽപ്പികളിൽ ഒരാളായ നീൽസ് ബോർ സൂചിപ്പിച്ചത് ഇങ്ങനെയാണ്) സൂചിപ്പിക്കുന്നത് തരംഗ സ്വഭാവം പ്രകടമാവുമ്പോൾ കണികാസ്വഭാവം ഇല്ലാതിരിക്കുകയും മ റിച്ചും ഉണ്ടാകുന്ന വസ്തുതയെയാണ്; ഇത് പുതിയ ബലതന്ത്രത്തി ന്റെ അനുപേക്ഷണീയ ഘടകങ്ങളിൽ ഒന്നാക്കി തീർത്തിരിക്കുന്നു. ത രംഗ–കണികാദ്വന്ദ്വത്തിന്റെ വസ്തുനിഷ്ഠവൈരുധ്യത്തിന് ഏകപക്ഷീ യമായ പരിഹാരം കാണാനാവും. തികച്ചും കണികാസമാനമോ തികച്ചും തരംഗസമാനമോ ആയ വിവരണത്തിലൂടെയാണത് സാധ്യമാക്കുന്നത്. പക്ഷേ, കണികകൾക്കും തരംഗങ്ങൾക്കും തികച്ചും വ്യത്യസ്തമായ സവിശേഷതകൾ നിർദേശിച്ചുകൊണ്ട് മാത്രമേ ഇത് സാധ്യമാകൂ–ക്വാ ണ്ടം ബലതന്ത്രത്തിന് മുമ്പുള്ള കാലഘട്ടം മുതൽ പൊതുവെ അംഗീ കരിക്കപ്പെട്ടിരുന്നവയിൽ നിന്ന് വ്യത്യസ്തമായ സവിശേഷതകൾ ആ യിരിക്കുകയും വേണം.

പുതിയ ബലതന്ത്രത്തിന് തികച്ചും കുഴഞ്ഞു മറിഞ്ഞ ചില സവി ശേഷ ഘടകങ്ങളാണുള്ളത്; താരതമ്യപ്പെടുത്തി പറയുകയാണെന്നുണ്ടെ ങ്കിൽ സവിശേഷ ആപേക്ഷികതാ സിദ്ധാന്തവും പൊതുആപേക്ഷിക താ സിദ്ധാന്തവും അൽപ്പവും നിസാരമല്ലാത്ത ആശയകുഴപ്പത്തിന് ഇട യാക്കിയിട്ടുണ്ട്. പെട്ടെന്നുതന്നെ അത് സുസ്ഥാപിതമായി പരിഗണിക്ക പ്പെടുകയും ചെയ്തിരുന്നു. ഇവയിൽ ഒന്ന് ''അനിശ്ചിതത്വ സിദ്ധാന്ത'' മായിരുന്നു (പുത്തൻ ബലതന്ത്രത്തിന്റെ മറ്റൊരു ശിൽപ്പിയായ ഹെയ് സൺ ബെർഗാണ് ഈ സിദ്ധാന്തം ആവിഷ്കരിച്ചത്). ഈ സിദ്ധാന്തം ഊന്നിപ്പറയുന്നത് (അതിന്റെ ഏറെ അറിയപ്പെടുന്ന രൂപത്തിൽ) ഒരു ക ണികയുടെ ചലനവും സ്ഥാനവും ഏകപക്ഷീയമായ കൃത്യതയോടെ വേർതിരിച്ച് കാണിക്കാനാവില്ല (സൈദ്ധാന്തികമായി പോലും) എന്നാണ്. ഈ പുതിയ ബലതന്ത്രം സ്വഭാവ വിവരണത്തിന്റെ ഭാഗം എന്ന നില യിൽ ഒരു വസ്തുനിഷ്ഠ സാധ്യതയെക്കൂടി ഉൾപ്പെടുത്തിയതിനാലാണ് ഈ അനിശ്ചിതത്വം ഉയർന്നുവന്നത്. (കൃത്യമായ അറിവിന്റെ അഭാവം എന്ന അർഥത്തിലെ സാധ്യതകൾക്കെതിരെന്ന നിലയിൽ) പൊതുവെ ഭൗ തിക പദാർഥത്തിന് സ്ഥാനം, ചലനം, ഊർജം തുടങ്ങിയ അതിന്റെ സ വിശേഷ ഗുണങ്ങളുടെ കൃത്യമായ മൂല്യങ്ങൾ ഉണ്ടാവില്ല; മറിച്ച് സാധ്യ മായ മൂല്യങ്ങളുടെ ഒരു നിരയ്ക്കുമേൽ സാധ്യതാ വിതരണം മാത്രമേ ഉണ്ടാവാറുള്ളൂ.

പദാർഥത്തിന്റെ ഭൗതിക ധർമങ്ങളുടെ വിവരണത്തിലെ ഇത്തര ത്തിലുള്ള ഒരു വസ്തുനിഷ്ഠ സാധ്യത, ഇലക്ട്രോണുകൾക്ക് മേൽ യഥാർഥ അളവുകൾ എപ്പോൾ എത്രത്തോളം ഉണ്ടാകും എന്ന ചോദ്യം ഉയർത്തുന്നു. പരീക്ഷണങ്ങളിലെ ഇത്തരം കണികകൾ, ഓരോരോ ക ണികയെ സംബന്ധിച്ചുമുള്ള സ്ഥാനത്തിന്റെയോ ചലനത്തിന്റെയോ

മൂല്യം എന്ന നിലയിൽ ഒരു പ്രത്യേക സംഖ്യയെ മാത്രമേ പ്രദാനം ചെയ്യുന്നുള്ളൂ. ഈ ചോദ്യത്തിന് പിന്നിലുള്ളത് വളരെ കടുത്ത ആശയക്കുഴപ്പമാണ്. (അളക്കൽ പ്രശ്നം എന്ന നിലയിലാണ് ശാസ്ത്ര സാഹിത്യത്തിൽ ഈ ചോദ്യം അറിയപ്പെടുന്നത്) അതായത്, ഗ്രഹിക്കാനാകുന്ന ന്യൂട്ടോണിയൻ ബലതന്ത്രത്തിന്റെ ദൈനംദിന ലോകവും ക്വാണ്ടം ബലതന്ത്രത്തിൽ വിശദീകരിച്ചിട്ടുള്ള ഇലക്ട്രോണുകൾ പോലെയുള്ള കണികകളുടെ ബലതന്ത്രവും തമ്മിലുള്ള ബന്ധം. സമീപകാലത്ത് മാത്രമാണ് ഈ ആശയ കുഴപ്പത്തിന് പ്രായോഗികമായ ഒരു ഉത്തരം ഉയർന്നുവരാൻ ആരംഭിച്ചത്–ചോദ്യം ഇപ്പോഴും സജീവ ഗവേഷണ വിഷയമാണെങ്കിലും. ഇതിന്റെ പ്രധാന കാരണങ്ങളിൽ ഒന്ന് മുമ്പ് ക്വാണ്ടം ബലതന്ത്രത്തിന്റെ പല അടിസ്ഥാനപരമായ വശങ്ങളെകുറിച്ചും പരീക്ഷിച്ചറിയുന്നതിനായുള്ള, എന്നാൽ സാങ്കേതികമായ പരിമിതികൾമൂലം മുന്നോട്ട് കൊണ്ടുപോകാൻ പറ്റാതെയും ഉള്ളിൽ ഒതുക്കി വെച്ചിരുന്ന പല പരീക്ഷണങ്ങളും (അതുകൊണ്ട് ഇവയെ 'ചിന്താ പരീക്ഷണങ്ങൾ' എന്ന നിലയിലാണ് സൂചിപ്പിക്കാറുള്ളത്) തികച്ചും നൂതനമായ കുറേ പരീക്ഷണങ്ങളിലെ ആധുനിക സാങ്കേതിക വിദ്യയുടെ നേട്ടങ്ങളിലൂടെ ഇപ്പോൾ യാഥാർഥ്യമായിരിക്കുകയാണ്.

ക്വാണ്ടം ബലതന്ത്രത്തിന്റെ കണ്ടുപിടിത്തവും അതിന്റെ വികാസവും ഗണ്യമായ നിലയിലുള്ള ദാർശനിക സംവാദങ്ങൾക്ക് വഴിയൊരുക്കി. പല ശാസ്ത്രജ്ഞരും തത്വചിന്തകരും ചിന്തിച്ചത് കാര്യവും കാരണവും തമ്മിലുള്ള വേർതിരിവിനെ ക്വാണ്ടം ബലതന്ത്രം ഇല്ലാതാക്കി എന്നാണ്. കാരണം, പരീക്ഷണം നടത്തുന്നയാൾക്ക്, പദാർഥത്തിന്റെ തരംഗ സ്വഭാവത്തെയോ കണികാ സ്വഭാവത്തെയോ യഥേഷ്ടം തെരഞ്ഞെടുക്കാനാകും എന്ന പ്രതീതി നിലനിന്നിരുന്നു. വസ്തുവിന്റെ ആന്തരിക ഗുണവിശേഷങ്ങളിലേക്ക് അപരിഹാര്യമായവിധം കടന്നുകയറാൻ അളക്കലിന് എപ്പോഴും കഴിയും എന്നും കരുതപ്പെട്ടിരുന്നു. അങ്ങനെ അതിന്റെ അനന്തര ഫലത്തെ ഭാഗികമായി നിർണയിക്കാനാവുമെന്നും കരുതിയിരിക്കുന്നു. വ്യക്തമായും ഇത്തരം ചോദ്യങ്ങൾ മനസിൽ നിന്ന് സ്വതന്ത്രമായ വസ്തുനിഷ്ഠ യാഥാർഥ്യം എന്ന സങ്കൽപ്പനത്തോടുള്ള ഒരു വെല്ലുവിളി ആയിരുന്നു. എന്നാൽ, ക്വാണ്ടംബലതന്ത്രത്തിന്റെ മൗലിക വ്യാഖ്യാനത്തെ സംബന്ധിച്ച വളരെ സജീവമായ ഗവേഷണമേഖല എന്ന നിലയിൽ ഇപ്പോഴും തുടരുന്ന സമകാലിക ശാസ്ത്രീയ ഗവേഷണങ്ങൾ ഈ ഭൗതികവാദ വിരുദ്ധ സങ്കൽപ്പനങ്ങളെ സമൂർത്ത പരീക്ഷണ നിരീക്ഷണങ്ങൾ കൊണ്ട് പിന്നിലേക്ക് തള്ളി മാറ്റി. ഇന്ന് അന്വേഷണത്തിലുള്ള പദാർഥത്തിന്റെ ഗുണവിശേഷത്തെ അപരിഹാര്യമായ വിധം മാറ്റാതെ ഇന്ന് അളക്കലുകൾ സാധ്യമല്ല. മുൻകാലത്ത് ഒട്ടേറെ ശാസ്ത്രജ്ഞർപോലും ഏറ്റെടുത്തിരുന്ന ക്വാണ്ടം ബലതന്ത്രത്തിന്റെ ഭൗതികവാദ വിരുദ്ധ വ്യാഖ്യാനങ്ങളെ ഇത്തരം സംഭവവികാസങ്ങൾ പിന്നോട്ടടിപ്പിച്ചു.

ക്വാണ്ടം ബലതന്ത്രത്തിന്റെ വികാസം ആധുനിക യുഗത്തിലെ ശാ

സ്ത്രജ്ഞ സമൂഹത്തിന്റെ തീവ്രമായ പ്രവർത്തനങ്ങളുടെ അത്യധികം ഹൃദയാകർഷകമായ കഥകളിൽ ഒന്നാണ്. ശാസ്ത്രത്തിന്റെ ശാഖകളിൽ ആകെയുള്ള നമ്മുടെ ധാരണയിൽ സമ്പൂർണമായ ഒരു വിപ്ലവത്തിന് അത് ഇടയാക്കി. അതിന്റെ സൈദ്ധാന്തികമായ സമസ്യകൾക്ക് ഗണ്യമായ പ്രാധാന്യം ഉണ്ടായിട്ടും കഴിഞ്ഞ കാലങ്ങളിലും ഇപ്പോൾ പോലും ഒരു കൂട്ടം പ്രയോഗക്ഷമമായ ചട്ടങ്ങൾ എന്ന അർഥത്തിൽ ക്വാണ്ടം ബലതന്ത്രം വളരെ കൃത്യതയോടെ ശ്രദ്ധേയമായ വിധം പ്രവർത്തിക്കുന്നു. ഇരുപതാം നൂറ്റാണ്ടിലെ ആധുനിക ഊർജതന്ത്രത്തിന്റെ മുന്നേറ്റത്തെ ക്വാണ്ടം ബലതന്ത്രത്തിന്റെ വിനിയോഗത്തിൽ നിന്ന് വേർതിരിക്കാനാവില്ല.

സി) പദാർഥങ്ങളുടെ ഊർജതന്ത്രവും രസതന്ത്രവും

പുതിയ ക്വാണ്ടം ബലതന്ത്രത്തിന്റെ ശ്രദ്ധേയമായ അനന്തര ഫലങ്ങളിലൊന്ന് അത് രാസശൃംഖലയുടെ സ്വഭാവം സംബന്ധിച്ച ക്വാണ്ടം സിദ്ധാന്തത്തിൻെറ ഉറച്ച അടിത്തറയിൽ രസതന്ത്രത്തിന് പ്രായോഗികമായ ചട്ടങ്ങൾ പ്രദാനം ചെയ്തു എന്നതാണ്. ഈ രാസശൃംഖല തന്മാത്രകൾക്ക് രൂപം നൽകാനായി വ്യത്യസ്ത മൂലകങ്ങളുടെ ആറ്റങ്ങളെ കൂട്ടിയോജിപ്പിക്കുകയാണുണ്ടായത്. ഗ്രഹങ്ങളുടെയും മറ്റും ചലനത്തെ സംബന്ധിച്ച ശാസ്ത്രത്തിന് ന്യൂട്ടന്റെ ഗുരുത്വാകർഷണ സിദ്ധാന്തം പ്രദാനം ചെയ്തത് തന്നെയാണ് ക്വാണ്ടം ബലതന്ത്രത്തിന്റെ വികാസം രസതന്ത്ര ശാസ്ത്രത്തിന് പ്രദാനം ചെയ്തത് എന്ന് വാദിക്കാവുന്നതാണ്–അതായത്, അതിനാധാരമായ പ്രകൃതി നിയമത്തിന്റെ അടിസ്ഥാനത്തിൽ അതേവരെ അനുഭവമാത്ര ചട്ടങ്ങളായിരുന്നവയുടെ (ഗ്രഹങ്ങളുടെ ചലനം സംബന്ധിച്ച കെപ്ലറുടെ നിയമങ്ങൾ പോലുള്ളവ) അടിസ്ഥാനത്തിന് വ്യക്തതയുണ്ടാക്കി. രാസബലാങ്കം എന്ന സങ്കൽപനത്തിന് ആധാരമായ അടിത്തറയുടെ വ്യക്തത വരുത്തലും രാസശൃംഖലയുടെ ക്വാണ്ടം സ്വഭാവത്തിന്റെ അടിത്തറയെ സംബന്ധിച്ച ഈ ആശയങ്ങളുടെ തുടർന്നുള്ള വികാസവും പദാർഥങ്ങളുടെ രാസഗുണവിശേഷങ്ങളെ ആധാരമാക്കി, അവയുടെ ശാസ്ത്രത്തിന്റെ വളർച്ചയ്ക്ക് വേണ്ട ഗണ്യമായ ഇൻപുട്ടുകളിലേക്ക് അത് നയിച്ചു.

പദാർഥങ്ങളെക്കുറിച്ചുള്ള ആധുനിക ശാസ്ത്രം ക്വാണ്ടം ബലതന്ത്രത്തിന്റെ കണ്ടുപിടിത്തത്തോടെയാണ് ആരംഭിച്ചത് എന്ന് പറയാവുന്നതാണ്. താപത്തിന്റെ സംവഹനം (conduction), വൈദ്യുതിയുടെ സംവഹനം, പദാർഥങ്ങളുടെ കാന്തിക ഗുണവിശേഷങ്ങൾ എന്നിങ്ങനെയുള്ള സുവിദിതമായ പ്രതിഭാസങ്ങൾക്ക് പോലും ആദ്യമായി ശാശ്വതമായ സൈദ്ധാന്തിക വിശദീകരണം ലഭിച്ചത് ക്വാണ്ടം ബലതന്ത്രത്തിന്റെ ആഗമനത്തോടെയായിരുന്നു. 20–ാം നൂറ്റാണ്ടിലെ ശാസ്ത്രത്തിന്റെ ഏറ്റവും വലിയ വികാസങ്ങളിലൊന്നാണ് പദാർഥങ്ങളെ സംബന്ധിച്ച ആധുനിക ശാസ്ത്രം. നിശ്ചയമായും, ഈ പ്രയോഗങ്ങളുടെ കൂട്ടത്തിൽ ആധുനിക

വിവര സാങ്കേതിക വിദ്യയിലെ മുന്നേറ്റത്തിന് ആധാരമായ പദാർഥശാസ്ത്രത്തിന്റെ എല്ലാ വികാസങ്ങളുമുണ്ട്.

വിവര സാങ്കേതിക വിദ്യക്ക് അപ്പുറമുള്ള പൊതു ഇടങ്ങളായി നാം പരിഗണിക്കുന്ന നിരവധി സംവിധാനങ്ങളും ഉപകരണങ്ങളും പോലും ക്വാണ്ടം ബലതന്ത്രത്തിന്റെ പ്രത്യാഘാതമോ അനന്തരഫലമോ ആണ്. ഇതിന്റെ പരക്കെ അറിയപ്പെടുന്ന ഉദാഹരണങ്ങളിൽ ഒന്നാണ് ലേസറിന്റെ കണ്ടുപിടിത്തവും അതിന്റെ പ്രയോഗങ്ങളും.

വലിയ മുന്നേറ്റങ്ങൾ നടത്തിയ പദാർഥ ശാസ്ത്രത്തിന്റെ മറ്റൊരു വശം പദാർഥത്തിന്റെ വ്യത്യസ്ത ഘട്ടങ്ങൾ തമ്മിലുള്ള വിവിധ അവസ്ഥാന്തരങ്ങളെക്കുറിച്ചുള്ള ധാരണയാണ്. ദ്രവീകരണവും ബാഷ്പീകരണവും അഥവാ ഘനീകരണവും ശീതീകരണവും എന്നിങ്ങനെയുള്ള അവസ്ഥാന്തരങ്ങളുടെ ആദിമ ധാരണയിൽ നിന്ന് സമകാലിക ഊർജതന്ത്രം, ചില ധർമങ്ങളുടെ (ദ്രവീകരണത്തിന്റെയും ബാഷ്പീകരണത്തിന്റെയും കാര്യത്തിൽ എന്ന പോലെ താപം മാത്രമല്ല ഇത്തരം ധർമങ്ങൾക്ക് ആവശ്യമുള്ളത്) ഗണപരമായ മാറ്റത്തിൽ നിന്ന് ഉയർന്നുവരുന്ന പദാർഥത്തിന്റെ ഗുണപരമായി വ്യത്യസ്തമായ "ഘട്ടങ്ങൾ" തമ്മിലുള്ള അവസ്ഥാന്തരങ്ങളെ മനസിലാക്കുന്നതിന് അതിബൃഹത്തും അത്യധികം പരിഷ്കൃതവുമായ യന്ത്രസംവിധാനങ്ങൾ വികസിപ്പിച്ചിട്ടുണ്ട്. ഈ ധാരണ ജലം അഥവാ ഖരം തുടങ്ങിയ പദാർഥത്തിന്റെ സാധാരണ തലങ്ങളിൽ മാത്രമല്ല പ്രായോഗികമായിട്ടുള്ളത്; മറിച്ച് പ്രാഥമിക കണികകളുടെയോ ആറ്റങ്ങളുടെയോ വിപുലമായ ശേഖരത്തോടോ കേവലം പ്രോട്ടോണുകളുടെയോ ന്യൂട്രോണുകളുടെയോ ശേഖരങ്ങളോടുപോലും പ്രയോഗിക്കാവുന്നതാണ്. ഇത്തരം പരിഗണനകൾ ഖഗോള ഭൗതിക ജ്യോതി ശാസ്ത്രത്തിലെ നക്ഷത്രങ്ങൾ പോലെ തിളക്കമാർന്ന വസ്തുക്കളുടെ പഠനത്തിലും പ്രധാനപ്പെട്ടതാണ്.

ഇന്ന് ശാസ്ത്രത്തിന്റെ വികാസത്തിൽ, ഗണപരമായ മാറ്റങ്ങളിൽ നിന്നുയർന്നുവരുന്ന ഗുണപരമായ മാറ്റങ്ങളെ സംബന്ധിച്ച പഠനം അക്ഷരാർഥത്തിൽ തന്നെ ശാസ്ത്രീയ ധാരണകളിലെ പൊതു ഇടമാണ്.

ഡി) പദാർഥത്തിന്റെ ഘടന

20-ാം നൂറ്റാണ്ടിൽ പദാർഥത്തിന്റെ ഘടനയെകുറിച്ചുള്ള സൂക്ഷ്മാന്വേഷണത്തിന് അടിസ്ഥാനപരമായ വിധത്തിൽ ക്വാണ്ടം ബലതന്ത്രത്തിന്റെയും വിശേഷ ആപേക്ഷികതയുടെയും പൊതു ആപേക്ഷികതയുടെയും കണ്ടുപിടിത്തങ്ങൾ ഉപയോഗപ്പെടുത്തപ്പെട്ടിട്ടുണ്ട്.

20-ാം നൂറ്റാണ്ടിലെ ആദ്യത്തെ ഗണനീയമായ കണ്ടുപിടിത്തങ്ങളിൽ ഒന്ന് ഖരാവസ്ഥയിൽ ഉള്ളതായി കരുതപ്പെടുന്ന (അതിനാൽ തന്നെ പ്രത്യക്ഷത്തിൽ അവിരാമമായും അനന്തമായും വിഭജിക്കാവുന്നതും) പദാർഥം യഥാർഥത്തിൽ വ്യത്യസ്തമായ ആറ്റങ്ങൾ കൊണ്ട് നിർമിക്കപ്പെട്ടതാണെന്ന വസ്തുതയാണ്. ഈ ആറ്റങ്ങൾ അധികഭാഗവും

ശൂന്യ ഇടങ്ങളാണ് (empty space). ആറ്റങ്ങളുടെ അണുകേന്ദ്രങ്ങൾക്ക് അനുയോജ്യമായ ബിന്ദുക്കളിലേക്ക് കേന്ദ്രീകരിക്കപ്പെട്ടിട്ടുള്ള ആറ്റങ്ങളുടെ വലിയൊരു കൂട്ടം പിണ്ഡത്തോടെയുള്ളതാണ് ആ ശൂന്യ ഇടം.

പദാർഥത്തിന്റെ ഘടനയെ സംബന്ധിച്ചിടത്തോളം ആറ്റത്തിന്റെ കണ്ടുപിടിത്തം (റേഡിയോ ആക്ടീവതയുടെ കണ്ടുപിടിത്തത്തിന് ഏതാനും വർഷത്തിന് ശേഷം) അസാധാരണമായ ദൈർഘ്യത്തിലേക്ക് നീങ്ങിയിട്ടുള്ള ശാസ്ത്രീയ പുരോഗതിയുടേതായ ഒരു നിരയ്ക്ക് തന്നെ രൂപം നൽകിയിട്ടുണ്ട്. കണ്ടുപിടിത്തങ്ങളുടെ മുന്നോട്ട് പോക്കിന്റെ ഗതിക്രമം: അണു → ആറ്റമിക ഘടന→ന്യൂക്ലിയർഘടന(പ്രോട്ടോണുകളും ന്യൂട്രോണുകളും ഉൾപ്പെടെ)→പ്രോട്ടോണുകളെയും ന്യൂട്രോണുകളെയും പോലുള്ള ന്യൂക്ലിയർ കണികകളുടെ ഘടന→ക്വാർക്കുകൾ (പരമാണുകണിക-പ്രോട്ടോണിന്റെയും ന്യൂട്രോണിന്റെയും ഘടകങ്ങൾ). ഇവയത്രയും അരനൂറ്റാണ്ടിനകമുള്ള കാലഘട്ടത്തിൽ കൈവരിച്ച നേട്ടങ്ങളാണ്. അതോടൊപ്പം തന്നെ, ആറ്റങ്ങളെ സംബന്ധിച്ച കാഴ്ചപ്പാട് അഥവാ മാറ്റമില്ലാത്ത അസ്തിത്വങ്ങൾ എന്ന നിലയിൽ പ്രത്യേക മൂലകങ്ങളുടെ ആറ്റങ്ങൾ സംബന്ധിച്ച കാഴ്ചപ്പാട് നിർണായകമായും പുറന്തള്ളപ്പെട്ടിരിക്കുകയാണ്; ഇനിയും പിന്തുടരേണ്ട ഭൗതിക പദാർഥത്തിന്റെ പരിവർത്തനാത്മകമായ കാഴ്ചപ്പാടിലേക്ക് അത് പിന്നെയും വഴി തുറന്നിരിക്കുകയാണ്.

അതേസമയം തന്നെ, പദാർഥത്തിന്റെയും ശക്തികളുടെയും ദീർഘകാലമായി നിലവിലുള്ള ദ്വന്ദ്വം ശക്തികളുടെ പ്രവർത്തനം എന്ന നിലയിൽ പരമ്പരാഗതമായി സൂചിപ്പിക്കപ്പെട്ടു വരുന്ന ധാരണയെ അതിജീവിക്കുന്നതാണ്. അത് ഇന്ന് കണികകളുടെ വിനിമയം എന്ന നിലയിലാണ് മനസിലാക്കപ്പെടുന്നത്. (ഇവിടെ ഒരു നിശ്ചിത വൈദഗ്ധ്യം അടങ്ങിയിട്ടുണ്ട്; അതിനെ കുറിച്ച് ഉടൻ സൂചിപ്പിക്കപ്പെടും) അങ്ങനെ ഇലക്ട്രോമാഗ്നറ്റിക് ബലങ്ങൾ ഉണ്ടാകുന്നത് ഫോട്ടോണുകളുടെ വിനിമയം മൂലമാണ്. ഇലക്ട്രോമാഗ്നറ്റിക് ബലത്തിനും ഗുരുത്വാകർഷണ ബലത്തിനും (19-ാം നൂറ്റാണ്ടിന്റെ അന്ത്യത്തോടെ അറിയപ്പെടാൻ തുടങ്ങിയത്) പുറമെ രണ്ട് പുതിയ ബലങ്ങൾ കൂടി കണ്ടുപിടിക്കപ്പെട്ടു; ദുർബലവും ശക്തവുമായ ന്യൂക്ലിയർ ബലങ്ങൾ. ഉയർന്ന ഊർജത്തിൽ ഈ ബലങ്ങളിൽ രണ്ടെണ്ണം ഇപ്പോൾ ഏകീകരിക്കപ്പെട്ടിരിക്കുകയാണെന്നും (ദുർബലമായ ന്യൂക്ലിയർ ബലവും ഇലക്ട്രോമാഗ്നറ്റിക്സും) ഒരുപക്ഷെ ക്രമേണ എല്ലാ ബലങ്ങളും ഏകീകൃതമാകുമെന്ന് ചിന്തിക്കപ്പെടുകയാണെന്നും ഇപ്പോൾ മനസിലാക്കപ്പെടുകയാണ്. അങ്ങനെ 19-ാം നൂറ്റാണ്ടിൽ അറിയപ്പെട്ടിരുന്ന ചലനങ്ങളുടെ വ്യത്യസ്ത രൂപങ്ങളുടെ ഐക്യത്തിൽ നിന്ന് വിവിധ ശക്തികളുടെ (ബലങ്ങളുടെ) ഐക്യത്തെ സംബന്ധിച്ച ധാരണയെ ശാസ്ത്രം അജണ്ടയിലേക്ക് കൊണ്ടുവന്നു. പ്രപഞ്ച ചരിത്രത്തിന്റെ സമകാലീന ഘട്ടത്തിൽ കാണുന്ന ബലങ്ങളുടെ ബഹുത്വം ഉണ്ടായത് വിവിധ കാലങ്ങളിലായി വിവിധ ബലങ്ങളുടെ "ശീതീകരണ"ത്തിന്റെ അനന്തര ഫലമെന്ന

നിലയിലാണ്. പ്രത്യക്ഷത്തിൽ ഈ വികാസങ്ങൾ പദാർഥ ചലനത്തിന്റെ പുതിയതും ഉയർന്ന തലത്തിലുള്ളതുമായ വിവിധ രൂപങ്ങളിലുള്ള ഐക്യം എന്ന സങ്കൽപ്പനത്തെ മുന്നോട്ട് വെച്ചിരിക്കുന്നു.

ക്വാർക്കുകളെ സംബന്ധിച്ച വളരെ രസകരമായ ഒരു കാര്യം ഒരു ഒറ്റപ്പെട്ട് ക്വാർക്ക് നേരിട്ട് നിരീക്ഷിക്കാവുന്ന അസ്തിത്വം ഉള്ളതല്ല എന്നതാണ്. പ്രോട്ടോണുകളെയും ന്യൂട്രോണുകളെയും ഉണ്ടാക്കാൻ ക്വാർക്കുകളെ ബന്ധിപ്പിക്കുന്ന ബലങ്ങൾക്ക് ക്വാർക്കുകളെ പുറന്തള്ളണമെന്നുണ്ടെങ്കിൽ അനന്തമായ സംഖ്യ ഊർജം ആവശ്യമാണ്. എന്നിരുന്നാലും സമകാലിക ഭൗതികത്തിൽ ക്വാർക്കുകൾ യഥാർഥ വസ്തുക്കളാണ്; അവയുടെ ഗുണവിശേഷങ്ങൾ സങ്കീർണമായ നിരവധി പരീക്ഷണങ്ങളിലൂടെ തെളിയിക്കപ്പെട്ടിട്ടുള്ളതാണ്. ആറ്റങ്ങളുടെയോ ഇലക്ട്രോണുകളുടെയോ നിലനിൽപ്പ് ഒരിക്കൽ ശാസ്ത്രജ്ഞരെപോലും സംശയാലുക്കളാക്കിയിരുന്ന ഭൗതികവാദവിരുദ്ധ സങ്കൽപ്പനങ്ങൾ സമകാലിക യുഗത്തിലെ ശാസ്ത്രജ്ഞർക്കിടയിൽ ഇപ്പോൾ അതേ സ്വാധീനം ചെലുത്തുന്നില്ല.

ഇ) സൂക്ഷ്മ ലോകവുമായുള്ള സ്ഥൂലലോകത്തിന്റെ ബന്ധവും ശാസ്ത്രമെന്ന നിലയിൽ പ്രപഞ്ച വിജ്ഞാനീയത്തിന്റെ വികാസവും

പദാർഥത്തിന്റെ ഘടനയുടെ പടിപടിയായുള്ള തലങ്ങളുടെ വെളിപ്പെടുത്തലുകളിലെ ദ്രുതഗതിയിലുള്ള മുന്നേറ്റത്തിനൊപ്പം ഈ തുടർച്ചയായുള്ള തലങ്ങൾ തമ്മിൽ അതിക്രമിച്ചു കിടക്കുന്നത് (overlap) കൈകാര്യം ചെയ്യുന്നതിന് ശാസ്ത്രത്തിന്റെ പുതിയ ശാഖകളും ഉയർന്നുവന്നു. എന്നാൽ കൂടുതൽ രസകരമായിട്ടുള്ളത്, സൂക്ഷ്മലോകത്തിന്റെ ബലതന്ത്രത്തിന്റെ വികാസം നമുക്ക് ചുറ്റുമുള്ള പദാർഥത്തിന്റെ ഘടന മനസിലാക്കാൻ മാത്രമല്ല പ്രാധാന്യമുള്ളതായി മാറിയത്; മറിച്ച്, ഭൂമിയുടെ അതിരുകൾക്കപ്പുറമുള്ള പ്രപഞ്ചത്തിലെ വലിയ വസ്തുക്കളുടെ പ്രകൃതം മനസിലാക്കുന്നതിലും അതിന് അഗാധമായ പ്രാധാന്യം കൈവന്നു.

അങ്ങനെ ഹൈഡ്രജൻ ബോംബിന് ആധാരമായ അടിസ്ഥാന ഭൗതിക പ്രക്രിയയായ ഹീലിയം രൂപം കൊള്ളുന്നതിനുള്ള ഹൈഡ്രജൻ ആറ്റങ്ങളുടെ സംയോഗമാണ് നക്ഷത്രങ്ങളിലെ ഊർജോൽപ്പാദനത്തെയും അവ പ്രസരിപ്പിക്കുന്ന റേഡിയേഷനെയും നിയന്ത്രിക്കുന്ന അടിസ്ഥാന പ്രക്രിയ എന്ന് വന്നു. ഈ കണ്ടുപിടിത്തത്തെ തുടർന്ന് സൂക്ഷ്മലോകത്തിന്റെ ഊർജതന്ത്രത്തിന് സ്ഥൂല ലോകത്തിന്റെ ഊർജ തന്ത്രവുമായി വലിയ തോതിൽ ബന്ധമുള്ളതായി മാറി– വലുതും ചെറുതും തമ്മിലുള്ള ഒരു പുതിയ വൈരുധ്യം. പദാർഥത്തിന്റെ ഉപഘടനയുടെ സൂക്ഷ്മാന്വേഷണത്തിൽ കണ്ടെത്തിയ പുതിയ കണികകളും ബലങ്ങളും നക്ഷത്രങ്ങളുടെ മാത്രമല്ല സൂപ്പർ നോവകളെയും ന്യൂട്രോൺ നക്ഷത്രങ്ങളെയും മറ്റും പോലുള്ള മറ്റ് പ്രപഞ്ച വസ്തുക്കളുടെയും പ്ര

വർത്തന രീതികളെ സംബന്ധിച്ചും ഗണ്യമായ പ്രാധാന്യമുള്ളതായി മാറി. എന്നാൽ, പൊതുവിൽ ഇത്തരം നക്ഷത്ര സമാനമായ തിളക്കമുള്ള വസ്തുക്കളുടെ സംഘാടനത്തിൽ ഈ കണികകൾ ഗുണപരമായി പുതിയ രൂപത്തിൽ ഘടകമാക്കി തീർക്കപ്പെട്ടതാണ്.

ഈ വിധത്തിലുള്ള ഗവേഷണത്തിന്റെ ഫലങ്ങളിലൊന്ന് ആവർത്തന പട്ടികയിലെ മൂലകങ്ങളുടെ ഇപ്പോഴത്തെ തികച്ചും സുസ്ഥാപിതമാക്കപ്പെട്ട പരിവർത്തന സിദ്ധാന്തമാണ്. ഇപ്പോൾ നമുക്ക് നിരീക്ഷിക്കാൻ കഴിയുന്ന പ്രപഞ്ചത്തിന്റെ രൂപീകരണ പ്രക്രിയയിൽ പദാർഥത്തിന്റെ കൂടുതൽ പ്രാഥമികമായ രൂപങ്ങളിൽ നിന്ന് ഈ മൂലകങ്ങൾ സൃഷ്ടിക്കപ്പെട്ടത് എങ്ങനെ എന്ന് ഇത് വിശദീകരിക്കുന്നു. പൊതു ആപേക്ഷികതാ സിദ്ധാന്തം ഭൗതിക പദാർഥങ്ങളുടെ പരിവർത്തന സിദ്ധാന്തത്തിന്റെ അടിത്തറ പാകി എന്ന് നേരത്തെ തന്നെ സൂചിപ്പിച്ചിരുന്നല്ലോ. സമകാലിക ഭൗതികത്തിൽ, ഭൗതിക പദാർഥത്തിന്റെ പരിവർത്തന സിദ്ധാന്തം, പ്രപഞ്ച വിജ്ഞാനീയം എന്ന ആധുനിക ശാസ്ത്രത്തിന്റെ വിഷയമാണ് (പ്രപഞ്ച വിജ്ഞാനീയം എന്ന പദം സമകാലിക തത്വചിന്തയിൽ പ്രയോഗിക്കുന്നത് ഇതുമായി നേരിയ ബന്ധമുണ്ടെങ്കിലും വ്യത്യസ്തമായ അർഥത്തിലാണ്) അത് ഇപ്പോൾ ഒരേ സമയം ഇപ്പോഴത്തെ പ്രപഞ്ചത്തെക്കുറിച്ചും അത് നിലവിൽ വന്ന രീതിയെക്കുറിച്ചും പഠിക്കുന്നു. വാസ്തവത്തിൽ, വിശിഷ്യാ കഴിഞ്ഞ ദശകത്തിൽ, ഒട്ടനവധി ഉപഗ്രഹങ്ങളിലൂടെ നടത്തിയ നിരീക്ഷണങ്ങളെ അടിസ്ഥാനമാക്കിയാണ് പ്രപഞ്ച വിജ്ഞാനീയം വളരെയേറെ രസകരമായ മുന്നേറ്റങ്ങളിൽ ചിലത് രേഖപ്പെടുത്തപ്പെട്ടത്.

പ്രപഞ്ച വിജ്ഞാനീയ ശാസ്ത്രവും പ്രാഥമിക കണികകളുടെ ഊർജതന്ത്രവും പരസ്പരം ഉറ്റബന്ധം പുലർത്തുന്ന വിജ്ഞാന ശാഖകളായാണ് ഇന്ന് പരിഗണിക്കപ്പെടുന്നത്. വാസ്തവത്തിൽ, പ്രാഥമിക കണികകളുടെ ഗുണവിശേഷങ്ങൾ വളരെ തുടക്കം മുതൽ തന്നെ പ്രപഞ്ചത്തിന്റെ അവസ്ഥകൾ വെളിപ്പെടുത്തിയിരുന്നു; അത് ഇപ്പോൾ സമകാലിക ഭൗതികത്തിന്റെ ഭാഷയിലേക്ക് വലിച്ചെടുക്കപ്പെട്ടിരിക്കുകയാണ്. (വാസ്തവത്തിൽ ജനീവയിലെ യൂറോപ്യൻ സെന്റർ ഫോർ ന്യൂക്ലിയർ റിസർച്ച് പോലെയുള്ള കണികാ ഭൗതിക പരീക്ഷണശാലകളുടെ പത്രക്കുറിപ്പുകളിൽ ഇത് പതിവായി പ്രത്യക്ഷപ്പെടുന്നു.)

പ്രപഞ്ചത്തിന്റെ രൂപീകരണം സംബന്ധിച്ച മഹാവിസ്ഫോടന "മാതൃക''യെ അടിസ്ഥാനമാക്കിയതാണ് ഇവയിൽ പല ഫലങ്ങളും. ആയതിനാൽ ഇന്ന് ശാസ്ത്രജ്ഞർ പൊതുവെ അംഗീകരിക്കുന്നത് "ഉൽപ്പത്തി" (ഈ പദത്തിന്റെ അസുഖകരമായ, ദൈവശാസ്ത്രപരമായി ശക്തമായ അനന്തരഫലങ്ങളോടുകൂടിതന്നെ) സൃഷ്ടിയുടെ നിമിഷം അല്ലെന്നാണ്. പ്രപഞ്ചത്തിന്റെയും ഇടത്തിന്റെയും കാലത്തിന്റെയും ''ഉൽപ്പത്തി''യെന്ന് തോന്നുന്ന വിശദീകരണത്തെ ഈ മാതൃക തകർക്കുകയാണ്. ഈ തകർച്ചയ്ക്കു പരിഹാരം കാണുന്നതിന്റെ ഉള്ളിന്റെ ഉള്ളിലുള്ളത് സമകാലിക ഭൗതികം നേരിടുന്ന മുഖ്യ സൈദ്ധാന്തിക വൈരുധ്യ

ങ്ങളിൽ ഒന്നാണ് – അതായത്, പൊതുആപേക്ഷികതാസിദ്ധാന്തവും ക്വാണ്ടം ബലതന്ത്രവും തമ്മിലുള്ള വൈരുധ്യങ്ങൾ. സമകാലിക ഭൗതികത്തിൽ ഏറെ പഠനവും ഗവേഷണവും നടത്തേണ്ട ഒരു മേഖലയാണിത്.

എന്നാലും പ്രപഞ്ചത്തിലെ ഭൗതിക പദാർഥ ചലനത്തിന്റെയും വികാസത്തിന്റെയും അവസ്ഥയിലല്ല എന്നതുപോലുള്ള വ്യാമോഹത്തിന് അറുതിവരുത്താൻ പ്രപഞ്ചവിജ്ഞാനീയ ശാസ്ത്രത്തിന്റെയും അനുബന്ധ വിജ്ഞാന ശാഖകളുടെയും വികാസത്തിന് കഴിഞ്ഞിട്ടില്ല. ജീവശാസ്ത്രത്തിലെ ജൈവലോകം എന്നപോലെ ഭൗതികമായ അജൈവലോകവും പരിവർത്തനത്തിനും മാറ്റത്തിനും വിധേയമായിക്കൊണ്ടിരിക്കുകയാണ്.

ഈ സിദ്ധാന്തങ്ങളുടെ എല്ലാവശങ്ങളും മുകളിൽ ഒരേപോലെ നന്നായി വിവരിച്ചകാര്യങ്ങളുടെ സമഗ്രതയിൽ മനസിലാക്കപ്പെട്ടിട്ടുണ്ടെന്ന് ഈ വിശദീകരണങ്ങൾ കൊണ്ട് അർഥമാകുന്നില്ല; സർവോപരി, അവയുടെ ശാസ്ത്രീയമായ സാംഗത്യം എത്രത്തോളമുണ്ടെന്നതിന്റെ അടിസ്ഥാനത്തിൽ അതേ പദവി ലഭ്യമായിട്ടുണ്ടെന്നും ഉദ്ദേശിക്കുന്നില്ല. മഹാഭൂരിപക്ഷം ശാസ്ത്രജ്ഞരും ചിന്തകന്മാരും ഈ വികാസങ്ങളിൽ നിന്ന് എത്തിച്ചേർന്ന കാഴ്ചപ്പാട് വൈരുധ്യാത്മക ഭൗതികവാദത്തിന്റേതാണെന്നും ഉദ്ദേശിക്കുന്നില്ല. സോവിയറ്റ് യൂണിയനിലെ ശാസ്ത്രത്തിന്റെയും തത്വശാസ്ത്രത്തിന്റെയും സങ്കീർണമായ ചരിത്രം ചൂണ്ടിക്കാണിക്കുന്നതുപോലെ, വൈരുധ്യാത്മക ഭൗതികവാദത്തിന്റെ കാഴ്ചപ്പാടിൽനിന്ന് ഈ വികാസങ്ങളെ മനസിലാക്കാൻ കഴിയുന്നത് അത്ര അനായാസമായ കടമയല്ല. എന്നാൽ, ഇവിടെ ഊന്നിപ്പറയാൻ അഗ്രഹിക്കുന്നത്, പ്രഥമദൃഷ്ട്യാതന്നെ 20–ാം നൂറ്റാണ്ടിലെ ഭൗതികത്തിലെ മഹത്തായ സംഭവവികാസങ്ങൾ വൈരുധ്യാത്മക ഭൗതികവാദകാഴ്ചപ്പാടിന് മൂർച്ചകൂട്ടുന്നതിനും അതിനെ കൂടുതൽ ബലപ്പെടുത്തുന്നതിനും അളവറ്റ അവസരങ്ങൾ പ്രദാനം ചെയ്യുന്നുണ്ട് എന്നാണ്.

(എഫ്) ആധുനിക ജീവശാസ്ത്രത്തിലെ വികാസങ്ങളും പരിണാമം സംബന്ധിച്ച ധാരണയും

ആധുനിക ശാസ്ത്രത്തിന്റെ മുന്നേറ്റമുണ്ടായ രണ്ടാമത്തെ വലിയൊരുരംഗം ജീവശാസ്ത്രത്തിന്റേതാണ്. പരിണാമം സംബന്ധിച്ച ഡാർവിൻ സിദ്ധാന്തത്തിന്റെ ശ്രദ്ധേയമായ വിജയം ഉണ്ടായിട്ടും, ജനിതക വിജ്ഞാനത്തിന്റെ വികാസവും ഡി എൻ എയുടെ കണ്ടുപിടിത്തവും പുനരുൽപ്പാദന പ്രക്രിയയിലും പാരമ്പര്യ സംവിധാനത്തിലും അതു വഹിക്കുന്ന പങ്കിനെ സംബന്ധിച്ച് തുടർന്നുണ്ടായ വിശദീകരണങ്ങളും വരെ ജീവിവർഗങ്ങൾക്കിടയിലെ വിവിധ വിഭാഗങ്ങളുടെ വ്യത്യസ്തതകൾ എങ്ങനെ എന്നതു സംബന്ധിച്ച് വ്യക്തമായ വിശദീകരണം ലഭിച്ചിരുന്നില്ല. എന്നാൽ, ഡി എൻ എയുടെ കണ്ടുപിടിത്തത്തിനു മുൻപുതന്നെ ഡോബ്ഷാൻസ്കി, ഫിഷർ, ഹാൽഡേൻ തുടങ്ങിയവർ നടത്തിയ ''ആധുനിക സംശ്ലേഷണം''

എന്നറിയപ്പെടുന്നതിൽ ജനിതക വിജ്ഞാനവും പരിണാമവും തമ്മിലുള്ള ഉറ്റബന്ധം ആ പഠനങ്ങളിൽ തന്നെ ഉൾപ്പെട്ടിരുന്നു. പരിണാമ സിദ്ധാന്തവുമായി ശരിക്കും യോജിച്ചുപോകുന്നതാണോ ജനിതകവിജ്ഞാനം എന്ന സംവാദത്തിന്റെ തിരതല്ലലിനുതന്നെ ഇടയാക്കിയ മെൻഡേലിയൻ ജനിതക വിജ്ഞാനത്തിന്റെ പുനരാവിഷ്കാരം എന്നനിലയിൽ ആധുനിക സംശ്ലേഷണംതന്നെ ശ്രദ്ധേയമായ ഒരുനേട്ടമായിരുന്നു. ആധുനിക പരിണാമാത്മക ജീവശാസ്ത്രം തന്നെ ദ്രുതഗതിയിൽ മുന്നേറിക്കൊണ്ടിരിക്കുന്ന ഒരു മേഖലയാണ്. ഡി എൻ എയും ന്യൂക്ലിയക് ആസിഡിന്റെ മറ്റുരൂപങ്ങളും (ആർ എൻ എയും മറ്റു ബന്ധപ്പെട്ട രൂപഭേദങ്ങളും) ഉൾപ്പെടുന്ന മൗലിക പ്രക്രിയകൾ സംബന്ധിച്ച ആഴത്തിലുള്ള ധാരണയിൽ നിന്നു തുടങ്ങി ജൈവവൈവിധ്യത്തിന്റെയും വിശാലമായ ജൈവ ആവാസ വ്യവസ്ഥകളുടെയും പഠനം വരെയുള്ള മേഖലയാണത്.

പരിണാമം ഇപ്പോൾ കേവലം ഒരു സിദ്ധാന്തം മാത്രമല്ല, മറിച്ച് അത് അംഗീകരിക്കപ്പെട്ട ഒരു വസ്തുതയാണ് എന്ന് വ്യക്തമായിരിക്കുന്നു. കൃഷിയിൽ കീടനാശിനികളും കളനാശിനികളും ചെറുത്തുതോൽപ്പിക്കപ്പെടുന്നതും ഔഷധങ്ങളുടെ രംഗത്ത് പലവിധ ബാക്ടീരിയകളും ആന്റീബയോട്ടിക്കുകളെ ചെറുത്തുനിൽക്കുന്നതുമായ സംഭവവികാസങ്ങൾ ഇതിന്റെ ഏറ്റവും പ്രത്യക്ഷത്തിലുള്ളതും നിത്യേന കാണുന്നതുമായ കാര്യങ്ങളാണ്. ഈ രണ്ട് കാര്യങ്ങളിലും ചെറുത്തുനിൽക്കുന്ന ജീവിവർഗങ്ങൾ അനുയോജനത്തിലൂടെ പരിണാമത്തിന് വിധേയമാകുന്നതാണ് പ്രത്യക്ഷത്തിൽ തന്നെ ആന്റിബയോട്ടിക്കുകളെയോ കീടനാശിനികളെയോ ചെറുത്തുനിൽക്കാൻ അവയ്ക്ക് കഴിയുന്നത്.

ഡി എൻ എ ആദ്യമായി കണ്ടുപിടിക്കപ്പെട്ടതോടുകൂടി തന്നെ അനുയോജനത്തിന്റെ (adaptation) ഒരു ഭാഗത്തിന്റെ തന്മാത്രാപരമായ അടിത്തറ വ്യക്തമായി. (അനുയോജനം രണ്ട് ഘട്ടങ്ങളുള്ള പ്രക്രിയയാണ്. പുനരുൽപ്പാദനത്തിലെ ഇടയ്ക്കിടെയുള്ള ജനിതകമാറ്റമാണ് ഒരു ഘട്ടം; അതാത് ചുറ്റുപാടുകളിൽ നടക്കുന്ന പ്രകൃതി നിർധാരണമാണ് മറ്റൊന്ന്) എന്നാൽ, അനുയോജനത്തിന്റെ ഈ ആദ്യ ചുവട്വെയ്പിന് മറ്റ് മാർഗങ്ങളുമുണ്ടെന്ന് തെളിഞ്ഞു കഴിഞ്ഞിരിക്കുകയാണ്. സിംബയോജെനിസിസ് എന്നത് അതിന്റെ പ്രമുഖമായ ഒരു ഉദാഹരണമാണ്. തിരശ്ചീനമായ ജീൻമാറ്റത്തിന്റെ കൂടുതൽ പൊതുവായ പ്രതിഭാസത്തിന്റെ ഒരു പ്രത്യേക കേസാണ് സിംബയോജെനിസിസ്. അതിൽ ഒരു വംശത്തിൽപെട്ട ജീവികൾ മറ്റൊരു ജീവിയുടെ ജെനോമിന്റെ ഭാഗത്തെ കൈക്കലാക്കുകയാണ് ചെയ്യുന്നത്. ഇത്തരത്തിൽ തിരശ്ചീനമായി ജീൻമാറ്റം നടത്തുന്നത് പ്രകൃതിയിൽ തികച്ചും സർവവ്യാപിയാണ്. ഇത് സൂചിപ്പിക്കുന്നത് ജനിതക വ്യതിയാനം വരുത്തിയ ജീവികൾ പ്രകൃതിവ്യവസ്ഥയുടെ ലംഘനമല്ല എന്നാണ്. (ബി ടി വഴുതനയുടെയും ബി ടി പരുത്തിയുടെയും യുഗത്തിൽ പലരും ഇത് വിശ്വസിക്കാൻ നിർബന്ധിതരാണ്) തൽഫലമായുണ്ടാകുന്ന മനുഷ്യനിർമിത ആവിഷ്കാരത്തിനും വളരെ കുറച്ചുമാത്രമേ മുൻകൂട്ടി

കാണാനാകുന്നുള്ളൂ; നിരന്തരമായ ഗുണപരിശോധനയിലൂടെ അനുയോജ്യമായ ഗുണവിശേഷങ്ങൾ സൃഷ്ടിക്കപ്പെടാവുന്നതുമാണ്. അങ്ങനെ പരിണാമത്തിന്റെ തന്മാത്രാപരമായ അടിസ്ഥാനത്തെ സംബന്ധിച്ച അറിവ് അനുയോജന പ്രക്രിയയെകുറിച്ചുള്ള അറിവിനെ കൂടുതൽ ആഴമുള്ളതാക്കാൻ ഇടവരുത്തി. എന്നാൽ പരിണാമ പ്രക്രിയയിലേക്കുള്ള തിരശ്ചീനമായ ജീൻമാറ്റത്തിന്റെ കൃത്യമായ പ്രാധാന്യം ശാസ്ത്രീയ ഗവേഷണത്തിന്റെ വിഷയമായി ഇനിയും തുടരുകയുമാണ്.

തകർക്കപ്പെട്ട സമതുലിതാവസ്ഥ എന്ന സങ്കൽപ്പത്തിന്റെ അവതരണത്തോടുകൂടിയാണ് ശ്രദ്ധേയമായ മറ്റൊരു സംഭാവനയ്ക്ക് തുടക്കമിടുന്നത്. ഈ വീക്ഷണപ്രകാരം (ഇത് അവതരിപ്പിച്ചത് ഗൗൾഡും എൽഡ്രിഡ്ജും ആണ്) പരിണാമം എന്നത് നിരന്തരവും ക്രമാനുഗതവുമായ വളർച്ചയുടെ കഥയാണ്; പക്ഷേ, ജീവിവർഗങ്ങൾക്ക് മാറ്റമില്ലാതിരിക്കുമ്പോൾ കൂടുതൽ മന്ദഗതിയിലുള്ള, വികാസത്തിന്റേതായ നീണ്ട കാലഘട്ടങ്ങൾക്കിടയിൽ ആപേക്ഷികമായി തീവ്രമായ മുന്നേറ്റത്തിന്റെയും മാറ്റത്തിന്റെയും ഘട്ടങ്ങളും ഉൾപ്പെടുന്നു. ഇവിടെ തീവ്രം എന്നത് ഭൂഗർഭശാസ്ത്രപരമായ കാലവുമായി ബന്ധപ്പെട്ടതാണെന്നും മാറ്റം എന്നത് ആയിരക്കണക്കിന് തലമുറകൾക്കപ്പുറമാണെന്നുമുള്ളതിന് ഊന്നൽ നൽകേണ്ടതുണ്ട്. പരിണാമസംബന്ധിയായ ജീവശാസ്ത്രത്തിലെ ഒട്ടനവധി ശാസ്ത്രജ്ഞർ ഇന്ന് ഈ കാഴ്ചപ്പാട് അംഗീകരിക്കുന്നതായാണ് കണ്ടുവരുന്നത്. എന്നാൽ തകർക്കപ്പെട്ട സമതുലിതാവസ്ഥ സംബന്ധിച്ച സിദ്ധാന്തം, ദീർഘകാലം കൊണ്ട് ഒരേ വേഗക്രമത്തിൽ ക്രമാനുഗതമാറ്റം എന്ന തത്വത്തെക്കുറിച്ചുള്ള മൂലകാഴ്ചപ്പാടിൽ നിന്ന് വ്യത്യസ്തമായിരിക്കുമ്പോൾ തന്നെ, ഇത് നിർധാരണത്തിന്റെ ചാലക ശക്തി എന്ന നിലയിലുള്ള അനുയോജനത്തിന്റെ പൊതുചിത്രത്തെ അസാധുവാക്കുന്നില്ല. ഭൂമിയുടെ ഭൗതിക പരിണാമത്തെ സംബന്ധിച്ച പഠനത്തിൽപോലും കാലാവസ്ഥാ വ്യതിയാനവുമായി ബന്ധപ്പെട്ട പ്രശ്നങ്ങൾ കാരണം ആപേക്ഷികമായി ചെറിയമാറ്റം സംഭവിക്കുന്ന ദീർഘമായ കാലഘട്ടങ്ങളുമായി താരതമ്യപ്പെടുത്തുമ്പോൾ, ആപേക്ഷികമായി തീവ്രമുന്നേറ്റത്തിന്റെ കാലഘട്ടത്തിലേക്ക് കേന്ദ്രീകരിച്ച് കൂടുതൽ ശ്രദ്ധ ചെലുത്തേണ്ടതും പ്രസക്തമായ സംഗതിയാണ്. ഉദാഹരണത്തിന്, ഭൂമിയുടെ ചരിത്രത്തിൽ പെട്ടെന്നുള്ള മാറ്റം സംഭവിക്കാത്ത കാലഘട്ടങ്ങളുമായി താരതമ്യപ്പെടുത്തുമ്പോൾ ധ്രുവങ്ങളിലെ മഞ്ഞുപാളികൾ വളരെയേറെ തീവ്രമായ നിരക്കിൽ ഉരുകുന്ന കാലഘട്ടങ്ങളുണ്ടെന്നത് വ്യക്തമാണ്.

കൂടുതൽ സങ്കീർണതയുള്ള ജീവികളിലും രൂപത്തിൽ മാറ്റം വരുത്തുന്നതിന് ശേഷിയുള്ളതാണ് പരിണാമം എന്നത് സത്യമാണെങ്കിൽ പോലും പരിണാമം എന്നത് ഒരേ തോതിലുള്ള മുന്നോട്ടു പോക്കല്ല എന്നും ഇന്ന് അംഗീകരിക്കപ്പെട്ടിട്ടുണ്ട്. നിശ്ചയമായും ഇതിൽ ഏറ്റവും സങ്കീർണമായ രൂപം ബോധതലത്തിന്റെ പ്രത്യേക സവിശേഷതകളോടുകൂടിയ മനുഷ്യവംശത്തിന്റെ വികാസമാണ്. മൃഗങ്ങളിലെ ജെനോമുകൾ

സസ്യങ്ങളിലേതിനേക്കാൾ അധികമധികം നീണ്ടതും കൂടുതൽ സങ്കീർണവുമായ ജെനോമുകളാണെന്ന് ഇതിൽ നിന്ന് നിഗമനത്തിലെത്തേണ്ടതില്ല എന്ന കാര്യം ശ്രദ്ധിക്കേണ്ടതാണ്. ഉദാഹരണത്തിന്, സസ്യങ്ങളെ പോലെയുള്ള ജീവജാലങ്ങളിൽ സമ്മർദത്തോടുള്ള പ്രതികരണത്തിന് ദീർഘമായ ജെനോം ശ്രേണികൾ ആവശ്യമായി വരുമ്പോൾ തന്നെ ജന്തുജാതികൾക്ക് സമ്മർദങ്ങളോട് പ്രതികരിക്കുന്നതിന് ഹ്രസ്വമായ ജെനോം ശ്രേണികൾ കോഡ് ചെയ്യപ്പെട്ടിട്ടുള്ളതിന്റെ ഫലമായുള്ള നിരവധി വ്യത്യസ്ത ശേഷികളുണ്ട്.

മെയറെയും ഗൗൾഡിനെയും പോലെയുള്ള ശാസ്ത്രജ്ഞർ നിരന്തരം ശ്രദ്ധ ചെലുത്തിയിരുന്ന പരിണാമസംബന്ധിയായ ജീവശാസ്ത്രത്തിന്റെ വികാസത്തിന്റെ പ്രത്യാഘാതങ്ങളിലൊന്ന് സ്ഥൂലപരിണാമത്തിന്റെ പ്രശ്നത്തെ അംഗീകരിക്കലായിരുന്നു; പ്രത്യേകിച്ച് ഗുണപരമായി പുതിയ തലത്തിലുള്ള ഒരു പ്രശ്നമെന്ന നിലയിൽ, നിലവിലുള്ള ഏതെങ്കിലും ജീവിവർഗത്തിൽ നിന്ന് മറ്റൊരു ജീവിവർഗമുണ്ടാകുന്ന പ്രക്രിയയ്ക്ക് ആധാരമായ ജനിതക സംവിധാനങ്ങളിലേക്ക് അതിനെ ചുരുക്കാനുമാവില്ല. ഇതിന് ഗുണപരമായ പുതിയ ധാരണകൾ ആവശ്യമായിരിക്കുന്നു. ഇവ കാലക്രമേണ വികസിച്ചുവരികയുമാണ്.

ജീവജാലങ്ങളിലെ പ്രക്രിയകളെയും സംവിധാനങ്ങളെയും സംബന്ധിച്ച അടിസ്ഥാനപരമായ ധാരണ മറ്റു തരത്തിലും തുടർച്ചയായും ദ്രുതഗതിയിലും വിപുലമാവുകയാണ്. ഡി എൻ എയുടെയും മറ്റ് ന്യൂക്ലിയിക് ആസിഡുകളുടെയും കണ്ടുപിടിത്തത്തിനും മുൻപുതന്നെ ജീവജാലങ്ങളിലെ രാസപ്രക്രിയകളെകുറിച്ച് നന്നായി മനസിലാക്കിയിട്ടുണ്ടായിരുന്നു. എന്നാൽ, ഡി എൻ എ വിപ്ലവം മൗലികമായി സെല്ലുലാർ തലത്തിലുള്ള ജീവശാസ്ത്രപരമായ പ്രക്രിയകളെ കുറിച്ച് ധാരണ ഉണ്ടാക്കാൻ ഉപയുക്തമായി. എല്ലാ ജീവജാലങ്ങളുടെയും തുടർന്നുള്ള വികാസത്തിന് വേണ്ട അടിസ്ഥാനവിവരങ്ങൾ ഡി എൻ എയിൽ എങ്ങനെയാണ് കോഡ് ചെയ്യപ്പെട്ടിരിക്കുന്നത് എന്നും ജീവജാലങ്ങൾ പ്രജനനം നടത്തുകയും വളരുകയും ചെയ്യുന്ന സമൂർത്ത സാഹചര്യങ്ങളിൽ ഇത് എങ്ങനെയാണ് പ്രകടിപ്പിക്കപ്പെടുന്നത് എന്നുമുള്ള നമ്മുടെ അറിവ് നിരന്തരം വികസിക്കുകയാണ്. തന്മാത്രാജീവശാസ്ത്രത്തിലെ വിപ്ലവത്തിൽനിന്ന് ഉരുത്തിരിഞ്ഞു വന്ന, വിശിഷ്യാ സ്റ്റെംസെൽ തെറാപ്പിയുടെയും ക്ലോണിങ്ങിന്റെയും യുഗത്തിൽ എത്തിയിരിക്കുകയാണെന്ന് നാം തിരിച്ചറിഞ്ഞപ്പോൾ ഉരുത്തിരിഞ്ഞുവന്ന, അനന്തരഫലങ്ങളുടെ നീണ്ടനിരയെകുറിച്ച് വിശദീകരിക്കാൻ തന്നെ ബുദ്ധിമുട്ടാണ്. കോശത്തിന്റെ തലത്തിലുള്ള തന്മാത്രാ തല പ്രക്രിയകളെ കുറിച്ചുള്ള ധാരണകൾ മുൻപ് തികച്ചും ദുർഗ്രാഹ്യമായിരുന്ന ചില രോഗകാരണങ്ങളെ കുറിച്ച് മനസിലാക്കാൻ വലിയ തോതിൽ സഹായിച്ചിട്ടുണ്ട്. അതേസമയം തന്നെ ആധുനിക ജീവശാസ്ത്രത്തിന്റെയും ആധുനിക വൈദ്യശാസ്ത്രത്തിന്റെയും വിജ്ഞാനശാഖകൾ ശരീരത്തിന്റെ മൊത്തത്തിലുള്ളതോ ശരീരത്തിനുള്ളിലെ

മൊത്തം ഉപവിഭാഗങ്ങളുടെയോ പെരുമാറ്റത്തെ വേണ്ടത്ര പരിഗണിക്കാതെ തന്മാത്രാതല അറിവിന് അമിത പ്രാധാന്യം നൽകുന്ന പ്രവണതയെകുറിച്ചുള്ള വിവാദം തുടരുകയുമാണ്.

ഭൗതികത്തിലേതിനെക്കാൾ വലിയൊരു അളവ് വരെ ജീവശാസ്ത്രത്തിലെ ഈ സംഭവവികാസങ്ങൾ, പ്രത്യേകിച്ചും ജനിതക വിജ്ഞാനത്തിന്റെ കാലഘട്ടത്തിൽ, പൊതുരംഗത്തും അക്കാദമിക സംവാദങ്ങളിലും വളരെയേറെ പ്രത്യയശാസ്ത്രപരമായ തർക്കങ്ങൾക്ക് കാരണമായിട്ടുണ്ട്.

പരിണാമത്തിന്റെ പ്രത്യാഘാതങ്ങളിലൊന്ന് പ്രകൃതിയിലെ വസ്തുക്കളുടെ മാറ്റമില്ലാത്ത വർഗീകരണം എന്ന ആശയത്തെ അത് പാടെ മാറ്റിമറിച്ചു എന്നതാണ്. പ്രകൃതിയിലെ പരിണാമം എന്ന സങ്കൽപ്പനത്തെക്കുറിച്ചുള്ള ആശങ്ക നാം ഇതിനകം തന്നെ ശ്രദ്ധിച്ചതാണല്ലോ. എന്നാൽ ഡാർവിന്റെ കാലഘട്ടത്തിലെ ഊർജതന്ത്രത്തിന്റെ ലോകം ഇപ്പോഴും വലിയ മാറ്റം കൂടാതെ തുടരുകയാണ്. പക്ഷേ, പരിണാമം ജീവിവർഗങ്ങളുടെ മാറി കൊണ്ടിരിക്കുന്ന സ്വഭാവം നിർണായകമായി സ്ഥാപിച്ചുകഴിഞ്ഞിരിക്കുന്നു. ആധുനിക സംശ്ലേഷണത്തിനും ഡി എൻ എയുടെ കണ്ടുപിടിത്തത്തിനും ശേഷം പ്രകൃതി നിർധാരണത്തിന്റെ ഘടകത്തെ സംബന്ധിച്ച് വളരെയേറെ സംവാദങ്ങൾ നടന്നിട്ടുണ്ട്. അതേസമയം തന്നെ, ജീവിവർഗങ്ങളെ കുറിച്ചുള്ള സങ്കൽപ്പനം തന്നെ പലപ്പോഴും ചോദ്യം ചെയ്യപ്പെടുന്നുമുണ്ട്. ഈ സംവാദത്തിൽ ഇടപെട്ടുകൊണ്ട് ചില ജീവശാസ്ത്രജ്ഞന്മാർ, വിശിഷ്യാ ഏണസ്റ്റ് മെയർ നടത്തിയ പ്രതികരണം ആന്തരികമായി വൈരുധ്യാത്മകമാണെന്നകാര്യം രസകരമാണ്. ശുദ്ധ ജനിതകവിജ്ഞാനത്തെ അടിസ്ഥാനമാക്കിയുള്ള ലഘൂകരണ കാഴ്ചപ്പാടിനെ പാടെ നിരാകരിച്ചുകൊണ്ട് മെയർ, നിർധാരണത്തിന്റെ ഘടകം ഒരു ജീവി പൂർണമായും ആണെന്ന തന്റെ കാഴ്ചപ്പാടിനെ പ്രതിരോധിച്ചു. ജീവിവർഗങ്ങൾ എന്ന സങ്കൽപ്പനത്തെക്കുറിച്ചുള്ള നിർവചനത്തിന്റെ കാര്യത്തിൽ, പരിവർത്തനപരമായ സവിശേഷതകൾ ഉണ്ടെങ്കിലും ജീവശാസ്ത്രപരമായ വർഗങ്ങൾ എന്ന സങ്കൽപ്പനത്തിന്റെ പ്രസക്തിയെ ഉയർത്തിപിടിച്ചു.

ആധുനിക ജീവശാസ്ത്രം കൃഷിയെ സംബന്ധിച്ച അറിവുകളെയും വലിയ ഒരളവ് വരെ വികസിപ്പിച്ചു. ആധുനിക കാർഷിക ഉൽപ്പാദനത്തിന് അടിസ്ഥാനശാസ്ത്രീയ മുന്നേറ്റങ്ങളുമായി വളരെ ഉറ്റബന്ധമാണുള്ളത്.

മാർക്സും എംഗൽസും ഡാർവിന്റെ പ്രവർത്തനത്തെ വിലമതിച്ചിരുന്നു; പ്രത്യേകിച്ചും *ജീവിവർഗങ്ങളുടെ ഉൽപ്പത്തി* എന്ന കൃതി പ്രസിദ്ധീകരിച്ചതിനെ അവർ ആവേശപൂർവം സ്വീകരിച്ചിരുന്നു. ഡാർവിന്റെ കൃതിയെക്കുറിച്ചുള്ള എംഗൽസിന്റെ വിമർശനവും കാഴ്ചപ്പാടും ഡാർവിന്റെ നേട്ടങ്ങളെകുറിച്ചുള്ള അദ്ദേഹത്തിന്റെ വിലയിരുത്തലും ("നമ്മുടെ കാലഘട്ടത്തിലെ പ്രകൃതിശാസ്ത്രത്തിൽ നമ്മുടെ ആശയങ്ങളുടെ

തെളിവ്"– മാർക്സ്) ഡാർവിൻ അവതരിപ്പിച്ച (ദൗർഭാഗ്യവശാൽ ഏറക്കുറെ ഹെർബെർട് സ്പെൻസറുടെ കൃതിയിൽ നിന്നും കടമെടുത്തതാണ് ഇത്) നിലനിൽപ്പിന് വേണ്ടിയുള്ള പോരാട്ടം എന്ന സങ്കൽപ്പനത്തെ കുറിച്ചുള്ള അദ്ദേഹത്തിന്റെ വിട്ടുവീഴ്ച ഇല്ലാത്ത വിമർശനവും അനുയോജനത്തെ സംബന്ധിച്ച ആധുനിക കാഴ്ചപ്പാടിനെ കുറിച്ചുള്ള മികച്ച ദീർഘവീക്ഷണമാണ്.[1] എന്നിട്ടും വിശിഷ്യാ ഡി എൻ എയുടെ കണ്ടുപിടിത്തത്തെ തുടർന്നുള്ള കാലഘട്ടത്തിൽ, പല വൈരുദ്ധ്യാത്മക ഭൗതികവാദികളും പരിണാമാത്മക ജീവശാസ്ത്രത്തിന്റെ തികച്ചും അജ്ഞേയവാദപരമായ വീക്ഷണത്തിലേക്കാണ് ചാഞ്ഞത്. ഇത് സംബന്ധിച്ച് കൂടുതൽ വിശദീകരിക്കുന്നതിന് നമുക്ക് ഇനിയും കൂടുതൽ അവസരങ്ങൾ പിന്നീട് വരുന്നുണ്ട്.

എന്നാൽ, 21–ാം നൂറ്റാണ്ടിന്റെ ആരംഭത്തിൽ ജീവശാസ്ത്രത്തിലെ വികാസങ്ങളാകെ വളരെ ശ്രദ്ധേയമായ വിധത്തിൽ പ്രകൃതിയുടെ വൈരുധ്യാത്മകതയെ പ്രാമാണീകരിക്കുകയും മികച്ച തരത്തിൽ വിശദീകരിക്കുകയും ചെയ്തിട്ടുണ്ട്–വൈരുധ്യാത്മക ഭൗതികവാദവീക്ഷണത്തിന്റെ ആദ്യപഥികർ ദർശിച്ചിരുന്നതിനുമപ്പുറം മികച്ച വിധമാണിത്.

ജി) ജീവന്റെ ഉൽപ്പത്തി

പരിണാമത്തെ തുടർന്നുള്ള യുക്തിസഹമായ അടുത്ത പടി കൃത്യമായും അജൈവ പദാർഥങ്ങളിൽനിന്ന് ജൈവ പദാർഥത്തിലേക്കുള്ള പരിണാമസിദ്ധാന്തമാണ്. ഇതിൽ ആദ്യത്തെ ചുവട്‌വെയ്പ് നടത്തിയത് ഒപ്പാരിനും ഹാൽഡേനുമാണ്. സംശയാതീതമായും മന്ദഗതിയിലാണെങ്കിലും ഈ രംഗം ശാസ്ത്രീയ ഗവേഷണത്തിന്റെ അംഗീകൃത മേഖലയാണ്. സിദ്ധാന്തത്തിന്റെ ഏറ്റവും പുതിയ സമീപനം അനുസരിച്ച് ന്യൂക്ലിയിക് ആസിഡുകളുടെ ഏറ്റവും സങ്കീർണമായ രൂപങ്ങളും മുൻപ് നിലനിന്നിരുന്ന രാസകുഴമ്പും തമ്മിലുള്ള ബന്ധം ആർ എൻ എകളുടെ കുഴമ്പാണെന്നാണ് വിശ്വസിക്കപ്പെടുന്നത്. അതിന്റെ പുനരുൽപ്പാദനത്തിന് പ്രേരണ നൽകുന്നതാകട്ടെ ആട്ടോ കാറ്റലിക് റിയാക്ഷനുകൾ എന്ന പേരിൽ ശാസ്ത്രീയമായി അറിയപ്പെടുന്നവയുമാണ്.

(എച്ച്) മസ്തിഷ്കവും ബോധമണ്ഡലവും

മസ്തിഷ്കത്തിന്റെ പ്രവർത്തനത്തെ സംബന്ധിച്ച ധാരണയിലെ പുതിയ വികാസങ്ങളെക്കുറിച്ചും പ്രത്യേകം പരാമർശം നടത്തേണ്ടതാവശ്യമാണ്. മൗലികങ്ങളും അടിസ്ഥാനപരം പോലുമായ പല പ്രശ്നങ്ങളും പരിഹരിക്കപ്പെടാതെ നിലനിൽക്കുമ്പോൾ തന്നെ മസ്തിഷ്കത്തിന്റെ പ്രവർത്തനങ്ങളുടെ ചില വശങ്ങൾ സംബന്ധിച്ച പ്രായോഗിക ധാരണ ഗണ്യമായി വികസിച്ചിട്ടുണ്ട്. ഉദാഹരണത്തിന് ഇന്ന്, കൃത്രിമ അവയവങ്ങളെ നേരിട്ട് നിയന്ത്രിക്കാൻ മസ്തിഷ്കത്തിന് കഴിയുന്നുണ്ട്. അങ്ങനെ ലഘുവായ യാന്ത്രിക തലത്തിലെ പ്രവർത്തനവും ചിന്തയും തമ്മിലുള്ള വിടവ് അടയ്

ക്കാൻ പ്രായോഗികമായി കഴിയുന്നു. മസ്തിഷ്കത്തെ സംബന്ധിച്ച നമ്മുടെ വിജ്ഞാനത്തിലെ പുരോഗതിയുടെ ഉള്ളിലുള്ളത് ഈ പുതിയതും പുരോഗമിച്ചതുമായ ശാസ്ത്രീയ ഉപകരണങ്ങളുടെ നിർമാണമാണ്. പൊതുവിൽ ജീവശാസ്ത്രവും വിശിഷ്യാ വൈദ്യശാസ്ത്രവുമാണ് ഈ പുരോഗതിയുടെ ഗണ്യമായ തോതിലുള്ള ഗുണഭോക്താക്കൾ. പഴയ സാധാരണ എക്സ്–റേ മുതൽ ഇന്നത്തെ ഏറ്റവും പുരോഗതി പ്രാപിച്ച സ്കാനിങ് സാങ്കേതിക വിദ്യ വരെയുള്ള ഈ പുരോഗതി ജീവനുള്ള മസ്തിഷ്കത്തിന്റെ പ്രവർത്തനങ്ങളെ സംബന്ധിച്ചുള്ള പ്രാഥമികമായ വശങ്ങളെങ്കിലും പരിശോധിക്കാൻ പ്രാപ്തമാക്കുന്നു. അടുത്തകാലത്തുണ്ടായ ഏറെ പരാമർശവിഷയമായിട്ടുള്ള സ്കാനിങ് സാങ്കേതിക വിദ്യയാണ് പോസിട്രോൺ എമിഷൻ ടോമോഗ്രാഫി (പി ഇ റ്റി) എന്ന പേരിൽ അറിയപ്പെടുന്നത്. ബാഹ്യഉത്തേജകങ്ങളോടുള്ള (ശാരീരികമാകണമെന്നില്ല) പ്രതികരണമെന്ന നിലയ്ക്കുള്ള പ്രത്യേക പ്രവർത്തനങ്ങളുടെയോ ചിന്താപദ്ധതികളുടെയോ നിർവഹണത്തിനിടയിൽ മസ്തിഷ്കത്തിന്റെ ഏത് ഭാഗമാണ് പ്രവർത്തനക്ഷമമാകുന്നത് എന്നത് സംബന്ധിച്ച കാഴ്ചപ്പാട് പ്രദാനം ചെയ്യുന്ന ഒന്നാണ് പി ഇ റ്റി.

മസ്തിഷ്കത്തിന്റെ ഭൗതികവും രാസപരവും ജീവശാസ്ത്രപരവുമായ പ്രക്രിയകളിലൂടെയുള്ള അതിന്റെ ഭൗതിക പ്രവർത്തനം ആണ് ബോധത്തിന്റെ അടിത്തറ എന്ന ആശയം ഇന്നത്തെപോലെ ഒരിക്കലും ഇത്ര ശക്തമായിരുന്നിട്ടില്ല. ക്ലിനിക്കൽ മനോരോഗ ചികിത്സ ഇതിന്റെ കൂടുതൽ തെളിവുകൾ നൽകുന്നു. വിവിധ മാനസികരോഗങ്ങളുടെ രാസപരമായ അടിത്തറ മനസിലാക്കിയതോടെ അതിനെ ആധാരമാക്കിയാണ് പുതിയ ഔഷധങ്ങൾ വികസിപ്പിച്ചത്. ഷിസോഫ്രേനിയ, ബൈപോളാർ ഡിസോർഡർ, വിഷാദം എന്നീ രോഗങ്ങളുടെ രാസബന്ധങ്ങൾ ഇപ്പോൾ പരക്കെ അറിയപ്പെടുന്നതാണ്; ഇതിനെക്കുറിച്ച് കുറേക്കാലമായി പഠനങ്ങൾ നടക്കുകയുമാണ്. ഇവിടെ വ്യക്തമാക്കാൻ ആഗ്രഹിക്കുന്നത്, മസ്തിഷ്ക പ്രവർത്തനത്തിന്റെ വശങ്ങളുമായി ബന്ധപ്പെട്ട കുഴപ്പങ്ങളുടെ വസ്തുനിഷ്ഠമായ അടിത്തറയെ സംബന്ധിച്ച ധാരണയെകുറിച്ചാണ്. അക്കാര്യം വ്യക്തമായി വിശദീകരിക്കുന്നതിന് മനോഭാവം, സ്വഭാവം തുടങ്ങിയ ഭൗതികേതരപദങ്ങൾ ഉപയോഗിച്ചാണ് സവിസ്തരം പ്രതിപാദിക്കുന്നത്. (ഒരർഥത്തിൽ വേണമെങ്കിൽ "ആത്മനിഷ്ഠം" എന്നും പറയാവുന്നതാണ്).

(ഐ) ആധുനിക പരീക്ഷണാത്മക ശാസ്ത്രവും സാങ്കേതിക വിദ്യയും

പരീക്ഷണാത്മക ശാസ്ത്രത്തിന്റെ സഹായത്തോടെയുള്ള പുതിയ സാങ്കേതിക വിദ്യകളുടെ വികാസം ഇല്ലായിരുന്നെങ്കിൽ നിശ്ചയമായും ആധുനിക ശാസ്ത്രം ഇന്നത്തെ സ്ഥിതിയിൽ എത്തുമായിരുന്നില്ല. വിവര സാങ്കേതികവിദ്യ മുതൽ ഉപഗ്രഹങ്ങളിലെയോ പുതിയ പദാർഥങ്ങളി

ലെയോ വികാസങ്ങൾ വരെയുള്ള ഒരു നിര തന്നെ ഈ സാങ്കേതിക വിദ്യകളിലുണ്ട്. പരീക്ഷണാത്മക ശാസ്ത്രത്തിനായി ഈ സാങ്കേതിക വിദ്യകൾ ഉപയോഗിച്ച്, പരീക്ഷണാത്മക ശാസ്ത്രത്തെ തന്നെ ഒരൊറ്റ പരീക്ഷണശാലയിൽ ഇരുന്ന് ചുരുക്കം ചിലർ ചെയ്തിരുന്ന ജോലിയിൽ നിന്ന് ഒരൊറ്റ ''പരീക്ഷണ''ത്തിനായി നൂറുകണക്കിന് ശാസ്ത്രജ്ഞന്മാർക്ക് ഉൾപ്പെടാൻ കഴിയുന്നതും പശ്ചാത്തലമൊരുക്കാൻ നൂറുകണക്കിന് സാങ്കേതിക വിദഗ്ധന്മാരും എഞ്ചിനീയർമാരും മറ്റു തൊഴിലാളികളും ആവശ്യമുള്ള വിപുലമായ സംരംഭങ്ങളായി മാറിയിരിക്കുന്നു. ആയതിനാൽ സമകാലിക പരീക്ഷണാത്മകശാസ്ത്രം മുൻപൊരിക്കലും അറിയപ്പെട്ടിരുന്നിട്ടില്ലാത്ത അർഥത്തിൽ കൂട്ടായ വിജ്ഞാന ഉൽപാദനമായി മാറിയിരിക്കുന്നു.

(ജെ) ശാസ്ത്രത്തിലെ അവാന്തരവിഭാഗങ്ങളും പരിസ്ഥിതി പഠനവും

സമകാലിക ശാസ്ത്രം വിജ്ഞാനശാഖകളെ വീണ്ടും ശകലീകരിക്കുകയും വളരെ സങ്കുചിതമായ അതിർത്തിക്കുള്ളിൽ പ്രവർത്തിക്കുന്ന നിരവധി വിജ്ഞാനശാഖകളെ സൃഷ്ടിക്കുകയുമാണ് ചെയ്തതെന്ന് വാദിക്കുന്നത് തെറ്റായിരിക്കും.

ഗ്രഹങ്ങളുടെ അന്തരീക്ഷം, ഭൂമിയുടെ കാലാവസ്ഥ, തലച്ചോറിന്റെ പ്രവർത്തനം എന്നിങ്ങനെയുള്ള വസ്തുതാപരമായ പ്രത്യേക കാര്യങ്ങളുടെ പഠനത്തിനായി ശാസ്ത്രത്തിന്റെ നിരവധി അവാന്തര വിഭാഗങ്ങൾ രൂപപ്പെട്ടിട്ടുണ്ടെന്നത് ശരിയാണ്. വിവിധ ശാസ്ത്രങ്ങളുടെ ബഹുവർണ സ്വഭാവം വർധിച്ചു വരുന്ന വൈദഗ്ധ്യവൽക്കരണത്തിലൂടെയും അതേസമയം തന്നെ വിവിധ ശാസ്ത്ര ശാഖകളുടെ പരസ്പര ബന്ധത്തിലൂടെയും ശാസ്ത്രപഠനത്തിൽ ഇപ്പോഴും പുതിയ മേഖലകൾ വളരുന്നുണ്ട്.

ജീവശാസ്ത്രം, രസതന്ത്രം, ഫിസിക്സ് എന്നിവയുടെ രീതികളും ഫലങ്ങളുമൊക്കെ ഉപയോഗപ്പെടുത്തുന്ന പാരിസ്ഥിതിക ശാസ്ത്രത്തെ കുറിച്ച് പ്രത്യേകം പരാമർശിക്കേണ്ടതുണ്ട്. ഈ രംഗത്ത് സാങ്കേതിക വിദ്യയും പാരിസ്ഥിതിക പഠനവും തമ്മിൽ പരസ്പരം ബന്ധപ്പെടുന്നുമുണ്ട്. പാരിസ്ഥിതികമായ ഉൽക്കണ്ഠകൾ സാമൂഹ്യ ശാസ്ത്രങ്ങളും പരിസ്ഥിതിക്കുമേൽ മനുഷ്യന്റെ പ്രവർത്തനങ്ങൾ ഉണ്ടാക്കുന്ന പ്രത്യാഘാതങ്ങളും തമ്മിലുള്ള ബന്ധവും മുന്നോട്ട് കൊണ്ടുവരുന്നുമുണ്ട്.

(കെ) ഗണിതശാസ്ത്രവും സങ്കലന ശാസ്ത്രങ്ങളും

ഇരുപതാം നൂറ്റാണ്ടിലെ ഗണിത ശാസ്ത്ര വികസനത്തിന് രണ്ട് വശങ്ങളുണ്ട്. ഒരുവശത്ത്, വിശേഷിച്ചും അതിന്റെ മൗലികമായ വശത്ത് ശാസ്ത്രത്തെ കൂടുതൽ പ്രമാണാനുസാരമാക്കപ്പെട്ടിരിക്കുന്നു. ഇന്ന് അവതരിപ്പിക്കപ്പെടുകയും ചർച്ച ചെയ്യപ്പെടുകയും ചെയ്യുന്ന കൂടുതൽ അ

മൂർത്തവും ചരിത്രവുമായി ബന്ധപ്പെടുത്താത്തതുമായ രീതി പ്രകടമാക്കുന്നത് അതാണ്. മുൻകാലങ്ങളിൽ ചിന്നിച്ചിതറികിടക്കുന്നതും അനുഭവമാത്രപരവുമായി നടത്തിയ നിരീക്ഷണങ്ങളും ഈ വിഷയത്തെ തന്നെ കൂടുതൽ മൂർച്ചയുള്ളതും ആഴമേറിയതുമാക്കാൻ നടത്തിയ ശ്രമങ്ങളും അതിന്റെ ഫലമായി പുതിയ വിജ്ഞാനശാഖകളായി പിരിഞ്ഞിരുന്നതും ഈ പ്രമാണമാത്രപരത രൂപപ്പെടുന്നതിന് സഹായിച്ചിട്ടുണ്ട്. അതേസമയം തന്നെ ഗണിതശാസ്ത്രത്തിന്റെ പുതിയ മേഖലകൾ മറ്റു ശാസ്ത്ര വിജ്ഞാനശാഖകളുടെ ആവശ്യങ്ങൾക്ക് ഉതകുന്നവിധം ഗണിത ശാസ്ത്രോപകരണങ്ങൾ ഉപയോഗപ്പെടുത്തിക്കൊണ്ട് വളർന്നുവരികയും ചെയ്തിട്ടുണ്ട്. സൈദ്ധാന്തിക ഭൗതിക ശാസ്ത്രമേഖലയിൽ 20–ാം നൂറ്റാണ്ടിന്റെ അവസാന ഘട്ടത്തിൽ ഉണ്ടായ വികസനത്തിന്റെ ഭാഗമായാണ് ഗണിതശാസ്ത്രത്തിൽ ചില പ്രധാനപ്പെട്ട മുന്നേറ്റങ്ങളുണ്ടായത്.

ഗണിതശാസ്ത്രത്തിന് പാരമ്പര്യമായി കിട്ടിയ വസ്തുനിഷ്ഠമായ വൈരുധ്യങ്ങൾ മുൻപന്തിയിലേക്കെത്തിക്കുന്നതിന് ഗണിതശാസ്ത്രത്തിൽ നടന്ന വർധിച്ച പ്രമാണമാത്രവൽക്കരണം സഹായിച്ചു. സെറ്റ് തിയറിയിലെ പൂർവാപര വൈരുധ്യങ്ങളിലും ഗോഡലിന്റെ സിദ്ധാന്തം (Godel's theorem) പോലെയുള്ള ഫലങ്ങളിലുമാണിത് ഏറെ പ്രതിഫലിച്ചത്. ഗണിത ശാസ്ത്രത്തിലെ നിശ്ചിതമായ ഒരു കൂട്ടം പ്രത്യക്ഷ പ്രമാണങ്ങളിൽ നിന്ന് ഗണിതശാസ്ത്രം എത്തിച്ചേരുന്ന പൂർണവും സ്ഥിരവുമായ യുക്തിപൂർവമായ സിദ്ധാന്തങ്ങളുടെ പരിമിതിയാണ് ഈ നിയമം സ്ഥാപിക്കുന്നത്. ഗോഡൽ തന്നെ തന്റെ സിദ്ധാന്തത്തിൽ ഗണിതശാസ്ത്രത്തിനകത്തെ ഒരു 'യഥാർഥ' വൈരുധ്യം ഉൾക്കൊണ്ടിരിക്കുന്നതായി വ്യക്തമാക്കുന്നുണ്ട്.

കമ്പ്യൂട്ടറുകളുടെ വികാസവും ഗണിതശാസ്ത്രത്തിൽ അതിനുണ്ടാക്കാനായ സ്വാധീനവും പ്രത്യേകം പരാമർശിക്കപ്പെടേണ്ടതുണ്ട്. കമ്പ്യൂട്ടർ സയൻസ് കോഡുകളാക്കി വയ്ക്കുന്നതിന് നമ്പർ തിയറി കൂടുതൽ ആധുനികമായ ഗണിതശാസ്ത്ര ടെക്നിക്കുകൾ ആവശ്യപ്പെടുന്നു. അതേസമയം തന്നെ കമ്പ്യൂട്ടർ സയൻസും ഇലക്ട്രോണിക് സങ്കലനങ്ങളും പ്രകടനങ്ങളും (ഇമേജുകൾ ഉപയോഗിക്കുന്നതിലും മറ്റും) ഗണിതശാസ്ത്രത്തിന്റെ പുതിയ ശാഖകൾ വളർത്തിയെടുക്കുകയോ ഗണിതശാസ്ത്രത്തിൽ ദീർഘകാലമായി പരിഹരിക്കാനാവാതെ മാറ്റിവെച്ചിരിക്കുന്ന പ്രശ്നങ്ങൾക്ക് പുതിയ അർഥതലങ്ങൾ നൽകുകയോ ചെയ്തിരിക്കുന്നു.

2

ഇരുപതാം നൂറ്റാണ്ടിലെ ശാസ്ത്രം, തത്വശാസ്ത്രം എന്നിവയെക്കുറിച്ചുള്ള ചില നിരീക്ഷണങ്ങൾ

(എ) ശാസ്ത്രത്തെ സംബന്ധിച്ച ചില മുഖ്യധാരാ തത്വശാസ്ത്ര വീക്ഷണങ്ങൾ

സമകാലിക ബൂർഷ്വാ തത്വശാസ്ത്രത്തിൻെറ ഒരു പ്രധാന പ്രത്യേകത ഇരുപതാം നൂറ്റാണ്ടിൽ ശാസ്ത്രത്തിന് നിർണായകമായ മുന്നേറ്റങ്ങളുണ്ടാക്കാനായിട്ടുണ്ടെങ്കിലും ശാസ്ത്രത്തെകുറിച്ചുള്ള തത്വശാസ്ത്രപരമായ നിലപാടുകളിൽ അത് സന്ദേഹവാദപരമായിരിക്കുന്നുവെന്നും സ്വാഭാവിക ലോകത്തെക്കുറിച്ച് വിശ്വസനീയമായ ഒരു കാഴ്ചപ്പാട് മുന്നോട്ടുവെയ്ക്കുന്നതിൽ ശാസ്ത്രത്തിന്റെ കഴിവ് തുടർച്ചയായി കുറഞ്ഞുകൊണ്ടിരിക്കുന്നുവെന്നും കരുതുന്നതാണ്. അങ്ങനെ ചെയ്യുമ്പോൾത്തന്നെ തത്വശാസ്ത്രം എന്ന ശാസ്ത്രം ഒരു പ്രത്യേക വിജ്ഞാനശാഖയായി നിലകൊള്ളുന്നു. അത് സ്വയം ഉൽപ്പാദിപ്പിക്കുന്ന ഉൽക്കണ്ഠകൾ ശാസ്ത്രത്തിനുമേൽ ചെലുത്തുന്ന സ്വാധീനം നിരന്തരമായി കുറഞ്ഞുകൊണ്ടിരിക്കുന്നുവെന്നും അത് കരുതുന്നു.

സമകാലിക ശാസ്ത്രത്തിന്റെ ഏറ്റവും പ്രധാനപ്പെട്ട സവിശേഷത മുതലാളിത്തത്തിനു കീഴിൽ ശാസ്ത്രത്തിനുണ്ടാവുന്ന വികാസവും അതിന്റെ അന്തഃസത്ത മനസിലാക്കുന്നതിൽ ബൂർഷ്വാ തത്വശാസ്ത്രത്തിനുണ്ടാകുന്ന കഴിവുകേടും തമ്മിലുള്ള ഈ വൈരുധ്യമാണ്. മുൻപ് ശാസ്ത്രം ദൈനംദിന ജീവിതാനുഭവങ്ങളുമായുള്ള അതിന്റെ ബന്ധങ്ങളിൽനിന്ന് ഏറെ മുന്നോട്ടുപോയിരിക്കുന്നു. അതോടൊപ്പംതന്നെ, മനുഷ്യനിരീക്ഷണ സഹായമില്ലാതെതന്നെ (ലഘു ഉപകരണങ്ങളുടെ സഹായമില്ലാതെ തന്നെ) നിരീക്ഷിക്കാവുന്ന പ്രതിഭാസങ്ങൾ രൂപപ്പെടുത്തുകയും ചെയ്തിരിക്കുന്നു. മുൻ കാലഘട്ടങ്ങളിലെ ശാസ്ത്രത്തിൽനിന്ന് ഇരുപതാം നൂറ്റാണ്ടിലെ ശാസ്ത്രത്തെ വേർതിരിക്കു

ന്ന പ്രധാനപ്പെട്ട സവിശേഷതയാണിത്. അനുഭവമാത്രപരവും (ഇന്ദ്രിയങ്ങളിലൂടെ അനുഭവിച്ചറിയാവുന്നതിൽനിന്ന് ഉണ്ടാകുന്നതാണ് അറിവ്) യുക്തിവാദപരവും (പരിശുദ്ധമായ ചിന്തയിൽനിന്ന് ഉൽഭൂതമാകുന്നതാണ് അറിവ്) എന്ന ഇരട്ട ധാരണകൾക്കിടയിൽ വിടർത്തുന്ന ബൂർഷ്വാ തത്വശാസ്ത്രത്തിന് സമകാലിക ശാസ്ത്രവുമായി ഇടപെട്ട് പ്രതിപ്രവർത്തിക്കാനാവാത്ത ഒരു പ്രശ്നമായി അനുഭവപ്പെടുന്നതിൽ അത്ഭുതത്തിനവകാശമില്ല.

വൈരുധ്യാത്മക ഭൗതികവാദത്തിന്റെ കാഴ്ചപ്പാടിൽ പ്രകൃതിയെ മനസിലാക്കുന്നതിനുള്ള എല്ലാ തത്വശാസ്ത്രപരമായ നിലപാടുകളും ചില നിർണായക ചോദ്യങ്ങളുടെ അടിസ്ഥാനത്തിൽ തരാതരം വേർതിരിക്കാനാവും. ഒന്നാമത്തെ വിഭജനം വരുന്നത് മനുഷ്യന്റെ ബോധത്തിൽനിന്ന് സ്വതന്ത്രമായി ഒരു ഭൗതിക പ്രപഞ്ചത്തിന് നിലനിൽപ്പുണ്ട് എന്ന് വിശ്വസിക്കുന്നവരും അതല്ല, ഭൗതികപ്രപഞ്ചത്തിന്റെ നിലനിൽപ്പ് മനുഷ്യന്റെ ബോധത്തിന്റെ അടിസ്ഥാനത്തിൽ മാത്രമാണെന്ന് വിശ്വസിക്കുന്നവരും തമ്മിലാണ്. ഇതിന്റെ അവസാനം പറഞ്ഞ നിലപാട് പരമ്പരാഗതമായി ആശയവാദവുമായി ബന്ധപ്പെട്ടിരിക്കുന്നതും ഇന്ന് ശാസ്ത്രത്തിന്റെ തത്വശാസ്ത്രത്തിൽ ഒരു മുഖ്യ ശക്തിയല്ലാത്തതുമാണ്. എന്നാൽ ഇന്നും ഈ ആശയത്തിന്റെ ഒരു സവിശേഷ രൂപം നിലനിൽക്കുന്നുണ്ട്. അത് ചുരുക്കി വിവരിക്കാം.

എന്തൊക്കെയായാലും ബോധത്തിൽനിന്ന് സ്വതന്ത്രമായി ഒരു ഭൗതിക പ്രപഞ്ചം നിലനിൽക്കുന്നുണ്ടെന്ന് കരുതുന്നവരിൽത്തന്നെ നമ്മുടെ അറിവ് നമുക്ക് ഉൾക്കൊള്ളാനോ, നമ്മുടെ ഇന്ദ്രിയങ്ങൾക്ക് അനുഭവവേദ്യമായതോ മാത്രമാണെന്നും നമുക്ക് അറിയാത്തതോ നമ്മുടെ ഇന്ദ്രിയങ്ങൾക്ക് അനുഭവവേദ്യമാവാത്തതോ ആയ പലതും പ്രപഞ്ചത്തിൽ നിലകൊള്ളുന്നുണ്ടെന്നും കരുതുന്നവരുമായി രണ്ടു തരക്കാരുണ്ട്. ഈ ഭിന്നതയിലെ ഊന്നൽ കിടക്കുന്നത് നിലനിൽപ്പിലല്ല, മറിച്ച് അറിയുന്നതിലാണ്. ഈ അർഥത്തിൽ മുൻ നിലപാട് നാമുൾക്കൊണ്ടതോ അനുഭവിച്ചറിഞ്ഞതോ മാത്രമാണ്. ഉള്ളതായി നാം കണക്കാക്കുന്നതെന്തും വസ്തുക്കളുടെ ആന്തരിക സ്വഭാവത്തെക്കുറിച്ച് നമുക്ക് അറിയാതായിട്ടില്ലെന്നുമുള്ള വിധം പുതിയ രൂപത്തിൽ അവതരിപ്പിക്കപ്പെടുന്നു. കാന്റിന്റെ വീക്ഷണമായി പരമ്പരാഗതമായി തിരിച്ചറിയപ്പെട്ടിട്ടുള്ള ഈ സമീപനമാണ് തത്വചിന്തയിൽ പൊതുവെ പോസിറ്റീവിസം എന്ന വിശാലാടിസ്ഥാനത്തിൽ അറിയപ്പെടുന്നത്. ഇതിനെ എതിർക്കുന്ന കാഴ്ചപ്പാടനുസരിച്ച് നമുക്ക് നേരിട്ട് ഉൾക്കൊള്ളാനോ അനുഭവിച്ചറിയാനോ ആവാത്ത കാര്യങ്ങളെപ്പോലും അതിന്റെ ഗുണഗണങ്ങളിൽനിന്ന് നമുക്ക് മനസിലാക്കാനാവുമെന്നതാണ്.

ഇരുപതാംനൂറ്റാണ്ടിന്റെ ആദ്യപകുതിയായിരുന്നു പോസിറ്റീവിസത്തിന്റെ സുവർണകാലം. അക്കാലത്താണ് ലോജിക്കൽ പോസിറ്റീവിസം ശാസ്ത്രീയ സിദ്ധാന്തങ്ങളെ അളവുകൾ, അനുഭവിക തെളിവു

കൾ, യുക്തിപരമായി ചിട്ടപ്പെടുത്തിയ പ്രവർത്തനങ്ങൾ എന്നിവയാക്കി യുക്തിപരമായ പോസിറ്റീവ് അവസ്ഥ രൂപപ്പെടുത്തിയത്. ഈ രണ്ടുകൂട്ടം പ്രസ്താവങ്ങളെ അടിസ്ഥാനപ്പെടുത്തിയ യുക്തിപരമായ വാദങ്ങളുടെ അടിസ്ഥാനത്തിൽ രൂപപ്പെടുത്തുന്ന പ്രസ്താവങ്ങളാൽ വിലയിരുത്താവുന്ന ഒന്നായി ശാസ്ത്രീയ പ്രവർത്തനങ്ങൾ മാറി. കാൾ പോപ്പറിനാൽ പ്രസിദ്ധമാക്കപ്പെട്ട രൂപാന്തരമായ തിട്ടപ്പെടുത്തലിന്റെ സ്ഥാനത്ത് തെറ്റുപറ്റാനിടയുണ്ടെന്നത് കയറിക്കൂടി. അതിനർഥം ഒരു സിദ്ധാന്തത്തിന്റെ യുക്തിപരമായ പരിണതഫലം പരീക്ഷണത്തിലൂടെ തെറ്റാണെന്ന് തെളിയിക്കപ്പെട്ടാൽ ആ സിദ്ധാന്തമാകെത്തന്നെ തകർക്കപ്പെടുക എന്നതാണ്. ഈ സിദ്ധാന്തത്തിന്റെ മുഖ്യ പ്രചാരകരിലൊരാളായിരുന്ന എ ജെ അയർ എന്ന സൈദ്ധാന്തികൻ 1970 കളിൽ ഈ സിദ്ധാന്തം മൊത്തത്തിൽത്തന്നെ തെറ്റായിരുന്നുവെന്ന് സമ്മതിച്ചതോടെ ആ പദ്ധതിയാകെ തകർന്നുപോയി.

ശാസ്ത്രസംബന്ധിയായ തത്വശാസ്ത്രത്തിൽ സമകാലികമായി ഉയർന്നുവന്ന മറ്റൊരു ഭിന്നത ഭൗതിക പ്രപഞ്ചത്തിന്റെ നിലനിൽപ്പുമായോ അതിനെ അറിയുന്നതിനെക്കുറിച്ചോ നേരിട്ട് ബന്ധപ്പെട്ടതായിരുന്നില്ല. ശാസ്ത്രം പ്രപഞ്ചത്തെ ഉൾക്കൊള്ളുന്ന രീതി മനുഷ്യമനസിൽ ഉണ്ടാക്കുന്ന പ്രതികരണങ്ങൾ തന്നേയാണോ പ്രകൃതിയിൽ നിലനിൽക്കുന്നത് എന്നതിനെക്കുറിച്ചായിരുന്നു പോസിറ്റിവിസത്തിന്റെ ഈ പുതിയ അവസ്ഥാന്തരം ഊന്നിപ്പറയുന്നത്. പ്രകൃതി നിലനിൽക്കുന്നതിനു കാരണം മനുഷ്യമനസല്ല, എന്നാൽ, എല്ലാ ശാസ്ത്രീയ രീതികളും ഘടനകളും വ്യത്യസ്ത രീതിയിലുള്ള പദാർഥങ്ങളും അതിന്റെ ഗുണങ്ങളുമെല്ലാം മനുഷ്യമനസിന്റെ പ്രവർത്തനങ്ങളാണെന്നാണ്. ഇങ്ങനെയൊരു കാഴ്ചപ്പാട് അവതരിപ്പിച്ചത് സൈദ്ധാന്തികനായ ഹിലാരി പുട്നാം ആയിരുന്നു. അതാണ് ഇന്റേണൽ റിയലിസം എന്ന പേരിൽ അറിയപ്പെടുന്നത്. ഈ ചിന്താഗതി ഗുണപരമായി ആശയവാദം തന്നെയാണ്. വസ്തുതാപരമായ ഒരു യാഥാർഥ്യത്തെ, ഘടനാപരമായി ശൂന്യമാക്കി, വസ്തുനിഷ്ഠമായ ഈ ലോകത്തെ മനസിന്റെ പ്രവർത്തനമാക്കുകയാണ് ചെയ്യുന്നത്.

ഈ കാഴ്ചപ്പാടിനാധാരം ഇന്നുള്ള നിരവധി ശാസ്ത്രീയ സിദ്ധാന്തങ്ങൾ ലഭ്യമായ പരീക്ഷണങ്ങളിൽനിന്ന് ലഭ്യമായ വസ്തുതകളുടെ അടിസ്ഥാനത്തിലുള്ളതാണെന്നും ആ സിദ്ധാന്തങ്ങൾ ശാസ്ത്രീയമായ സിദ്ധാന്തങ്ങളെ വിലകുറച്ചുകാണുന്നതാണെന്നുമാണ്. ശാസ്ത്ര സമൂഹത്തിന് സൗന്ദര്യശാസ്ത്രം, ആകാരസൗഷ്ഠവം മുതലായവയെക്കുറിച്ചുള്ള ഒരു നിശിത ശാസ്ത്രീയ സിദ്ധാന്തത്തിന്റെ അടിസ്ഥാനത്തിൽ തീരുമാനം ഉണ്ടാക്കാനാവുമെങ്കിലും ഈ സിദ്ധാന്തത്തിന് അതിന്റെ എല്ലാ ഘടനയോടുംകൂടിത്തന്നെ അതിന്റെ സ്വഭാവത്തെ വിവരിക്കാനാവില്ല.

മൂന്നാമതായി, ഈ രംഗത്ത് പ്രധാനപ്പെട്ട ഒരു സംഭാവന നൽകിയത്

തത്വചിന്തകനും സോഷ്യോളജിസ്റ്റുമായ തോമസ് കുൺ ആണ്. മാറ്റത്തെ സംബന്ധിച്ച സിദ്ധാന്തത്തിലാണ് അദ്ദേഹമത് നൽകിയത്. ഇരുപതാം നൂറ്റാണ്ടിന്റെ ആദ്യപാദത്തിൽ ഉണ്ടായ വിപ്ലവകരമായ മാറ്റങ്ങൾ വിലയിരുത്തിക്കൊണ്ട് പ്രപഞ്ചത്തെക്കുറിച്ച് ശാസ്ത്രീയധാരണകളിൽ വന്നിട്ടുള്ള മാറ്റങ്ങൾക്കാണ് കുൺ തന്റെ ഗ്രന്ഥത്തിൽ ഊന്നൽ കൊടുക്കുന്നത്. നാം കാണുകയും ഉൾക്കൊള്ളുകയും ചെയ്യുന്ന മാനവിക ലോകത്തിന്റെ ഒരു വശത്തെക്കുറിച്ചുള്ള അറിവ് നൽകാൻ മാത്രമേ ശാസ്ത്രത്തിന് കഴിഞ്ഞിട്ടുള്ളൂ എന്ന കാന്റിന്റെ സിദ്ധാന്തത്തിൽ അടിയുറച്ചു നിന്നുകൊണ്ടാണ് പരിണാമത്തെക്കുറിച്ചുള്ള കുണിന്റെ വീക്ഷണം രൂപപ്പെടുത്തപ്പെട്ടത്. നിശ്ചിതമായ ഒരുകൂട്ടം നിയമങ്ങളുടെ അടിസ്ഥാനത്തിൽ ശാസ്ത്രത്തിന് സാധാരണ സമയങ്ങളിൽ നിരവധി പ്രഹേളികകൾക്ക് ഉത്തരം കണ്ടെത്താനായിട്ടുണ്ട്. എന്നാൽ, ചില സമയങ്ങളിൽ ഒരു പുതിയ പ്രഹേളികയ്ക്കോ ഒരുകൂട്ടം പ്രഹേളികകൾക്കോ ഉത്തരം കാണുന്നതിന് പഴയ നിയമങ്ങളെ മാത്രം ഉപയോഗിക്കാനാവില്ല. അതിന് പുതിയ ഒരുകൂട്ടം നിയമങ്ങൾ ആവശ്യമായി വരും. വിപ്ലവകരമായ മാനസിക മാറ്റത്തിന്റെ ഭാഗമായി ശാസ്ത്രീയ ചിന്തയിൽ വരുന്ന മാറ്റങ്ങളെ അടിസ്ഥാനമാക്കിയാണ് ശാസ്ത്രത്തിന് നവലോകത്തെ കാണാനാവുന്നത് എന്നാണ് കുണിന്റെ വീക്ഷണം. (മനഃശാസ്ത്രത്തിൽനിന്ന് കടമെടുത്ത സംഘടിത പൂർണരൂപത്തിലുള്ള നിയന്ത്രണം എന്ന പദപ്രയോഗത്താലാണിത് വിവരിക്കപ്പെടുന്നത്) അങ്ങനെ നോക്കിയാൽ കുണിനെ സംബന്ധിച്ചിടത്തോളം സ്വാഭാവിക പ്രപഞ്ചം എന്നത് മനുഷ്യമനസിനാൽ രൂപപ്പെടുത്തപ്പെട്ടിട്ടുള്ള ഒന്നുതന്നെയാണ്.

പോസിറ്റീവിസത്തിനെതിരായ തത്വചിന്താ നിലപാടുകളുടെ മറ്റൊരു രൂപം ശാസ്ത്രത്തിൽ ഏറെ ഊന്നുന്നതല്ലെങ്കിലും മറ്റു സ്രോതസ്സുകളിൽ നിന്ന് രൂപപ്പെട്ടിട്ടുള്ളതാണ്. ഫ്രാൻസിലെയും ജർമനിയിലെയും തത്വശാസ്ത്ര പാരമ്പര്യത്തിൽനിന്ന് രൂപംകൊണ്ട ഈ പ്രവണത അൽപ്പാൽപ്പമായി പിന്നീട് ഉത്തരാധുനികതയെന്ന് വിശാലമായി അറിയപ്പെടുന്ന ചിന്താഗതിയിൽ ലയിച്ചുചേർന്നു. ഈ തത്വചിന്താ കാഴ്ചപ്പാടിൽനിന്ന് നോക്കിയാൽ ശാസ്ത്രം പ്രബോധോദയകാലത്തെ ചിന്താഗതികളായ യുക്തിബോധം, സത്യം, പുരോഗതി മുതലായ മൂല്യങ്ങളുടെ ശക്തമായ മാതൃകയാണ്. ഇതിനോടെല്ലാം ഉത്തരാധുനികത സന്ദേഹവാദപരമായ സമീപനമാണെടുക്കുന്നത്.

ആന്റി പോസിറ്റിവിസത്തിന്റെ ഈ കാഴ്ചപ്പാടുകളെയെല്ലാം മൊത്തത്തിലെടുത്താൽ അവയ്ക്ക് താഴെപ്പറയുന്ന സവിശേഷതകളുണ്ടെന്ന് മനസിലാക്കാനാവും.

യുക്തിബോധം, സത്യം തുടങ്ങിയ പരികൽപ്പനകളോട് വിശിഷ്യാ ആപേക്ഷികതാപരമായ സമീപനമെടുക്കുകയും അതിനെ ശാസ്ത്രത്തിലേക്കു കൂടെ വ്യാപിപ്പിക്കുകയും ചെയ്യുന്ന തത്വചിന്താപരമായ പരികൽപ്പനകൾ കാലം ചെല്ലുമ്പോൾ മാറുന്നു എന്നതിനർഥം ആ പരികൽപ്പനകൾ

അർഥരഹിതമായിരുന്നു ആപേക്ഷികതാവാദത്തിന്റെ കാഴ്ചപ്പാട്. ശാസ്ത്രത്തെ സംബന്ധിച്ച ഈ റാഡിക്കൽ ആപേക്ഷികതാവാദം നരവംശശാസ്ത്രം, സോഷ്യോളജി എന്നിവയിലെ ആപേക്ഷികതാവാദവുമായി യോജിക്കുകയും ശാസ്ത്രവിജ്ഞാനം പുരോഗതിയോ മുന്നേറ്റമോ ഉണ്ടാക്കിയിട്ടില്ലെന്ന ആശയത്തെ തള്ളിക്കളഞ്ഞുകൊണ്ട് എല്ലാ ആശയങ്ങളും ഒരേപോലെ വിലപ്പെട്ടതാണെന്നതിന് ഊന്നൽ നൽകുകയും ചെയ്തു.

രണ്ടാമത്തെ സവിശേഷത ശാസ്ത്രീയ സിദ്ധാന്തങ്ങളിലെ ഉള്ളടക്കം തീരുമാനിക്കുന്ന സമീപനങ്ങൾക്ക് വസ്തുതാപരമായ യാതൊരു അടിസ്ഥാനവുമില്ലെന്നും അല്ലെങ്കിൽ വളരെ ചെറിയ അടിസ്ഥാനങ്ങൾ മാത്രമാണുള്ളതെന്നും അവയൊക്കെ അടിസ്ഥാനപ്പെടുത്തിയിരിക്കുന്നത് അവയുടെ താത്വികമായ ഉള്ളടക്കത്തിൽ മാത്രമാണെന്നും തുടർന്ന് നടത്തുന്നത് പരീക്ഷണപരമായ വിലയിരുത്തലാണെന്നുമാണ്. ഈ വീക്ഷണങ്ങളുടെ മൂന്നാമത്തെ കാര്യം അവയുടെ രീതിശാസ്ത്രപരമായ സംശയാവസ്ഥയാണ്. ഈ വീക്ഷണങ്ങൾ അവയുടെ ന്യായീകരണത്തിനായി ചരിത്രത്തിന്റെയോ സോഷ്യോളജിയുടെയോ വിശദപഠനങ്ങളെ ഉപയോഗപ്പെടുത്തുകയും ശാസ്ത്രീയരീതിയിൽ തന്നെ അതിനായി പ്രത്യേകം ഉപയോഗപ്പെടുത്തുകയും സ്ഥായിയായ ഒരു പ്രകൃതിശാസ്ത്രമില്ലെന്ന് വാദിക്കുന്നതിനായി സാമൂഹ്യശാസ്ത്രത്തെ ഉപയോഗപ്പെടുത്തുകയും ചെയ്യുന്നു. നാലാമത്തെ കാര്യം സാമൂഹ്യശാസ്ത്രത്തെക്കുറിച്ചുള്ള അവരുടെ വീക്ഷണം ശാസ്ത്രത്തെയും അർഥവത്താക്കുന്നുണ്ടെന്ന വിമർശനത്തെ അവർ നിഷേധിക്കുന്നുവെന്നതാണ്. ശാസ്ത്രത്തിന് ആത്യന്തികമായി യാതൊരു നീതീകരണവുമില്ലെന്ന (സ്വന്തം വാദപ്രകാരം) സന്ദേഹവാദപരമായ അവരുടെ കാഴ്ചപ്പാടിനെ ഉറപ്പിക്കുന്നതിനായി ശാസ്ത്രം പരിശുദ്ധമായ അറിവിനെ ഉൽപ്പാദിപ്പിക്കുന്നുവെന്ന വീക്ഷണത്തെ അവർ എതിർക്കുന്നു.

പോസിറ്റിവിസത്തിനെതിരായി നിർണായകമായ പോരാട്ടങ്ങൾ നടത്തിയെന്ന വൻ നാട്യങ്ങൾക്കുമപ്പുറം ഈ പ്രവണതകൾ വാസ്തവത്തിൽ പിൽക്കാല പോസിറ്റീവിസത്തിന്റെ പ്രവണതകളുമായി സമാനവൽക്കരിക്കപ്പെട്ടതായിട്ടാണ് കാണാനാവുക. അവർ സ്വഭാവത്തിൽ പൂർണമായും അനുഭവമാത്രവാദക്കാരുമാണ്. നാം കാണുന്ന ലോകത്തിനപ്പുറം മാനവികമായ ഒരു ലോകമുണ്ടെന്ന് അംഗീകരിക്കുവാൻ അവർ തയ്യാറാവുന്നില്ല.

ഈ സിദ്ധാന്തങ്ങളുടെയെല്ലാം ഒരു പൊതുവായ സവിശേഷത മാർക്സിസ്റ്റ് സിദ്ധാന്തങ്ങളോടുള്ള അവരുടെ എതിർപ്പാണ്. ഈ കാഴ്ചപ്പാടുകളെല്ലാം മാർക്സിസത്തിന്റെ ശാസ്ത്രീയ കാഴ്ചപ്പാടിന്റെ അടിസ്ഥാനത്തിൽ അതിനെ പോസിറ്റീവിസത്തിന്റെ മറ്റൊരു രൂപമായി ചിത്രീകരിക്കുവാൻ ശ്രമിക്കുന്നു. പൊതുവായി പറഞ്ഞാൽ സാമൂഹ്യശാസ്ത്രസാഹിത്യത്തിൽ നിരവധി ഗ്രന്ഥങ്ങൾ ശാസ്ത്രത്തെ പോസിറ്റീവിസവുമായി താദാത്മ്യപ്പെടുത്തുകയും അതിന്റെ അടിസ്ഥാനത്തിൽ ശാസ്

ത്രത്തോട് സന്ദേഹാത്മകമായ കാഴ്ചപ്പാട് വച്ചുപുലർത്തുകയും ചെയ്യുന്നു. അത്തരം സാന്നിധ്യമെല്ലാംതന്നെ അത് അക്കാദമികമായി എത്രമാത്രം വിലപ്പെട്ടതാണെങ്കിലും ശാസ്ത്രത്തെയും മാർക്സിസത്തെയും തെറ്റായി അവതരിപ്പിക്കുന്നതാണ്.

(ബി) ശാസ്ത്രീയ റിയലിസം

ജീവശാസ്ത്രജ്ഞരിൽ ചിലരും ഭൗതികശാസ്ത്രജ്ഞരിൽ അപൂർവം പേരുമൊഴികെ ശാസ്ത്രജ്ഞന്മാർ പൊതുവെ തങ്ങളുടെ വൈജ്ഞാനിക ശാഖകളിൽ ഗൗരവതരമായ ഒരു തത്വശാസ്ത്ര വീക്ഷണം വികസിപ്പിക്കുന്നതിനായി മനസ്സു തുറക്കുന്നില്ല. ഈ പ്രവണതയ്ക്ക് ഒരു ഇരട്ട പ്രതിഫലനമുണ്ട്. ഒരുവശത്ത് സ്വന്തം വൈജ്ഞാനികശാഖയെ സംബന്ധിച്ച് പരുക്കനായ തത്വശാസ്ത്രവീക്ഷണമുണ്ടാകുന്നതിന് അതിടയാക്കുന്നു. (സ്റ്റീഫൻ ഹോക്കിങ്സിന്റെ പ്രശസ്തി നേടിയ പുതിയ ശാസ്ത്ര പുസ്തകവും അതിൽ മതത്തെക്കുറിച്ചുള്ള പ്രഖ്യാപനങ്ങളും ഒരു നല്ല ഉദാഹരണമാണ്.) മറുഭാഗത്താവട്ടെ തത്വശാസ്ത്രപരമായ പക്ഷപാതത്തെ അവഗണിക്കുകയും തത്വശാസ്ത്രപരവും പരീക്ഷണപരവുമായ വിവിധയിനം പരീക്ഷണങ്ങൾ നടത്തുന്നതിന് അവരെ പ്രാപ്തരാക്കുകയും ചെയ്യുന്നു. അപൂർവമാണെങ്കിലും ഇതിന് തിളങ്ങുന്ന ചില അപവാദങ്ങളുണ്ട്. പ്രമുഖ ഭൗതികശാസ്ത്രജ്ഞനായ സ്റ്റീഫൻ വിൻബർഗ്, ജീവശാസ്ത്രകാരനായ ഏണസ്റ്റ് മെയർ എന്നിവർ നടത്തിയ തത്വശാസ്ത്രപരമായ ഇടപെടലുകൾ ഇതിനുദാഹരണമാണ്.

പ്രത്യേകിച്ചും സോവിയറ്റ് യൂണിയൻ നിലവിലിരുന്നകാലത്ത് വൈരുധ്യാത്മക ഭൗതികവാദം കൂടാതെ അക്കാദമിക തത്വശാസ്ത്രരംഗത്ത് എങ്ങനെയാണ് ശാസ്ത്രം പ്രവർത്തിക്കുന്നത് എന്ന് പഠിക്കാൻ ശ്രമിച്ചത് ശാസ്ത്രീയ റിയലിസം എന്ന ചിന്താധാരയായിരുന്നു. ശാസ്ത്രീയ റിയലിസം ഭൗതികവാദത്തിൽനിന്ന് വ്യത്യസ്തമാണ്. ബോധവും ആശയങ്ങളും പദാർഥത്തിന്റെ ഉപോൽപ്പന്നമാണെന്ന് അത് ഉൾക്കൊള്ളുന്നില്ല. എന്നാൽ, നിരവധി വഴികളിൽ അത് ഭൗതികവാദപരമായ ഒരു സമീപനം തന്നെയാണെടുക്കുന്നതെന്ന് പറയാനാവും.

ചരിത്രത്തിലെ ഒരു നിർണായക സന്ദർഭത്തിൽ ശാസ്ത്ര വികാസത്തിന്റെ ഭാഗമായി തിരുത്തപ്പെടാമെങ്കിലും മനസിൽനിന്ന് സ്വതന്ത്രമായി ഒരു ഭൗതിക പ്രപഞ്ചം നിലനിൽക്കുന്നുണ്ടെന്നതു സംബന്ധിച്ച് കൂടുതൽ കൂടുതൽ കണിശമായ സമീപനം ഉണ്ടാക്കിയെടുക്കുന്നതിൽ ശാസ്ത്രത്തിന് വലിയ പങ്കു വഹിക്കാനായിട്ടുണ്ടെന്ന് ശാസ്ത്രീയ റിയലിസം കരുതുന്നു. ശാസ്ത്രീയ സിദ്ധാന്തങ്ങൾ ആവിഷ്കരിക്കുന്ന വസ്തുതകളും സങ്കേതങ്ങളും ശരിയാണെന്ന് തെളിയിക്കാനാവുമെന്നതിനാൽ അത് നീതീകരിക്കത്തക്കതുമാണ്. വിവിധ പ്രതിഭാസങ്ങളെ വിശദീകരിക്കുവാനോ അല്ലെങ്കിൽ നിരീക്ഷണ പരീക്ഷണങ്ങളിലൂടെ അവയെ നീതീകരിക്കാനോ ശാസ്ത്രീയ സിദ്ധാന്തങ്ങൾക്ക് ശേഷിയുണ്ട്. ശാസ്ത്രം പ്രവർത്തി

ക്കുന്നത് പ്രയോഗത്തിലൂടെയാണെന്ന വസ്തുതയാണ് ശാസ്ത്രീയ റിയലിസ്റ്റുകളുടെ ഏറ്റവും ആകർഷകമായ വാദമുഖം. പ്രായോഗിക സാങ്കേതിക പ്രവർത്തനങ്ങൾ, പരീക്ഷണങ്ങൾ എന്നിവയിലൂടെ പ്രകൃതിയിൽ ഇടപെടാൻ ശാസ്ത്രം മാനവരാശിയെ പ്രാപ്തമാക്കുന്നു. ഇതാണ് 'അത്ഭുതങ്ങളില്ല' എന്നറിയപ്പെടുന്ന വാദമുഖം. മനസിൽനിന്ന് സ്വതന്ത്രമായ ഒരു ലോകത്തിന്റെ പ്രവർത്തനത്തെ യഥാർഥത്തിൽ വിവരിക്കുന്നത് എന്ന് നാം അംഗീകരിക്കുന്നില്ലെങ്കിൽ ശാസ്ത്രത്തിന്റെ വിജയം ഒരു അത്ഭുതമായി പരിഗണിക്കപ്പെടാറുണ്ട്.

ശാസ്ത്രത്തെ സംബന്ധിച്ചുള്ള തത്വശാസ്ത്രത്തിൽ വളരെ ന്യൂനപക്ഷമായ ഒരു പ്രവണതയാണ് ശാസ്ത്രീയ റിയലിസം. ശാസ്ത്രീയ റിയലിസ്റ്റുകളിൽ ബ്രിട്ടീഷ് ചിന്തകനായ റോയ് ഭാസ്കറിന്റേതാണ് കൂടുതൽ തൃപ്തികരമായ പുസ്തകം. (വൈരുധ്യാത്മക ഭൗതികവാദികളെ സംബന്ധിച്ചിടത്തോളം). പിന്നീട് ഉണ്ടായ അദ്ദേഹത്തിന്റെ കൃതി വൈരുധ്യങ്ങളെ സംബന്ധിച്ച വിജ്ഞാനവിരോധ സമീപനത്തിലേക്ക് നീങ്ങുന്നതാവുകയും തുടർന്നദ്ദേഹം പൂർണമായും വിജ്ഞാനവിരുദ്ധ ചിന്താഗതിക്ക് അടിപ്പെട്ടുപോവുകയും ചെയ്തു. അദ്ദേഹത്തിന്റെ ആദ്യ ഗ്രന്ഥം മാർക്സിയൻ ചിന്തയിൽ അടിയുറച്ചതായിരുന്നു.

ആവശ്യമായ രീതിയിൽ വിപ്ലവകരമായി നടക്കുന്ന ശാസ്ത്രീയ മാറ്റങ്ങളെ ഉൾക്കൊള്ളാനാവുന്നില്ലെന്നതാണ് ശാസ്ത്രീയ റിയലിസ്റ്റുകളുടെ ഒരു പ്രധാനപ്പെട്ട പോരായ്മ. കുണിന്റെ റിയലിസ്റ്റിക് വിരുദ്ധ കാഴ്ചപ്പാടിനോട് മിക്കവാറും ശാസ്ത്രീയ റിയലിസ്റ്റുകൾ പ്രതികരിച്ചത് മാറ്റമെന്ന ഘടകത്തെ വിലകുറച്ചു കണ്ടും തുടർച്ചയ്ക്ക് ഊന്നൽ നൽകിക്കൊണ്ടുമായിരുന്നു. ക്വാണ്ടം ബലതന്ത്രത്തിനെ സംബന്ധിച്ചുള്ള ശാസ്ത്രീയ റിയലിസ്റ്റുകളുടെ ചർച്ചയിലും ഇത് പ്രത്യേകം പ്രകടമാണ്. ഒന്നുകിൽ അവ അപര്യാപ്തമോ (ക്രിസ്റ്റഫർ നോറിസിന്റെ പുസ്തകം പോലെ) അല്ലെങ്കിൽ വിശദാംശങ്ങളില്ലാത്തതോ ആയിരിക്കും.

(സി) അരിസ്റ്റോട്ടിലിയൻ ഇതര തർക്കശാസ്ത്രവും വൈരുധ്യവാദവും

വൈരുധ്യാത്മക ഭൗതികവാദികൾക്ക് താൽപ്പര്യമുള്ള തർക്കശാസ്ത്രത്തിലെ സംഭവഗതികൾ കൂടി ചുരുക്കി വിവരിക്കേണ്ടതുണ്ട്. അരിസ്റ്റോട്ടിലിയൻ തർക്കശാസ്ത്രത്തിലെ പരമ്പരാഗത വീക്ഷണമനുസരിച്ച് എല്ലാ പ്രവൃത്തികളുടെയും നിദർശനമായ യുക്തി അധഃപതിച്ചുകൊണ്ടിരിക്കുകയായിരുന്നു. യൂറോപ്യൻ ഇതര തത്വശാസ്ത്രങ്ങളുടെ പഠനങ്ങളിലുണ്ടായ വളർച്ച, പ്രത്യേകിച്ചും ഇന്ത്യയിൽനിന്നുള്ളത്, കമ്പ്യൂട്ടർ സയൻസിലെ വികാസങ്ങൾ, തർക്കശാസ്ത്രത്തിലെതന്നെ മുന്നേറ്റങ്ങൾ ഇതൊക്കെയാണതിന് കാരണമായത്. ഈ പ്രവണതയ്ക്കിടയിൽത്തന്നെ ഗവേഷണത്തിന്റേതായ ചെറുതും ശക്തവുമായ ഒരു പാരമ്പര്യമുണ്ടായിരുന്നു. വൈരുധ്യങ്ങളെ അനുവദിക്കുന്ന തർക്കശാസ്ത്ര സം

വിധാനങ്ങളെക്കുറിച്ചുള്ള അന്വേഷണമായിരുന്നു അത്. ഇക്കാര്യത്തിൽ തത്വചിന്തകനായ ഗ്രഹാം പ്രീസ്റ്റ്, അദ്ദേഹത്തിനു കുറച്ചുമുമ്പ് ഉണ്ടായ തത്വചിന്തകരായ റൗട്ട്‌ലി, മെയർ എന്നിവരുടെ കൃതികൾ എന്നിവ പ്രത്യേകം പരാമർശിക്കപ്പെടേണ്ടതുണ്ട്. ഇതിൽ പ്രീസ്റ്റിന്റെ കൃതി ശ്രദ്ധേയമാവുന്നത് ചലനത്തെക്കുറിച്ചുള്ള പോസിറ്റിവിസ്റ്റ് വീക്ഷണത്തെ വിശദവിമർശനത്തിന് വിധേയമാക്കുന്നതിനാലാണ്. അതിൽ റസ്സലിന്റെ വളരെയേറെ ശ്രദ്ധിക്കപ്പെട്ട കൃതിയെ ഉദാഹരിക്കുകയും ഹെഗലിന്റെ ചലനസിദ്ധാന്തത്തെ ന്യായീകരിക്കുകയും ചെയ്യുന്നു. എന്നിരിക്കിലും അതിൽ വൈരുധ്യാത്മക ഭൗതികവാദമുൾക്കൊള്ളുന്നതോ നിഷേധത്തെക്കുറിച്ചുള്ള ഹെഗലിയൻ (മാർക്സിസ്റ്റും) വീക്ഷണത്തെ പൂർണമായി ഉൾക്കൊള്ളാനോ കഴിഞ്ഞിട്ടില്ല എന്ന പരാധീനതയുണ്ട്.

(ഡി) ശാസ്ത്രത്തെ സംബന്ധിച്ച സമകാലിക തത്വശാസ്ത്രത്തിന് സംഭവിച്ച പോരായ്മയെന്ത്?

ഈ കുറിപ്പ് വായിക്കുന്ന വൈരുധ്യാത്മകവാദിയായ വായനക്കാരന് ശാസ്ത്രത്തെക്കുറിച്ചുള്ള ബൂർഷ്വാ തത്വശാസ്ത്രത്തിൽ രണ്ടു ഘടകങ്ങൾ ഉൾച്ചേർക്കപ്പെട്ടിട്ടില്ലെന്ന് വ്യക്തമായിരിക്കണം.

അതിൽ ഒന്നാമത്തേത്, ശാസ്ത്രത്തെക്കുറിച്ചുള്ള തത്വശാസ്ത്രത്തിന്റെ കേന്ദ്രബിന്ദുവായി ജീവശാസ്ത്രത്തെ കാണുന്ന കാഴ്ചപ്പാടിന്റെ അഭാവമാണ്. ശാസ്ത്രത്തെക്കുറിച്ചുള്ള തത്വശാസ്ത്രത്തിൽ ഭൗതികശാസ്ത്രത്തിൽനിന്ന് എടുത്തിട്ടുള്ള തത്വചിന്താപരമായ വിവക്ഷകളാണ് സാധാരണയായി അവതരിപ്പിക്കപ്പെട്ടിട്ടുള്ളത്. ശാസ്ത്രത്തെക്കുറിച്ചുള്ള തത്വശാസ്ത്രത്തിൽ ഒരു ഉപവിജ്ഞാനശാഖയായി ജീവശാസ്ത്രപരമായ തത്വശാസ്ത്രം ഉൾപ്പെടുത്തപ്പെട്ടിട്ടുണ്ടെന്നത് ശരിയാണ്. എന്നാലത് ഒരു പ്രത്യേക വൈജ്ഞാനിക മേഖലയായ ജീവശാസ്ത്രത്തിനകത്തെ ചില തത്വശാസ്ത്രപ്രശ്നങ്ങൾ എന്ന നില വിട്ടുയരുന്നില്ല.

രണ്ടാമത്തെ പ്രധാനപ്പെട്ട പോരായ്മ, ശാസ്ത്രത്തിന്റെ തത്വശാസ്ത്രം രൂപപ്പെടുത്തുന്നതിൽ പ്രയോഗത്തിന്റെ പങ്കിൻെറ അഭാവമാണ്. ശാസ്ത്രത്തിന്റെ തത്വശാസ്ത്രം പരീക്ഷണങ്ങളെ നന്നായി പരിഗണിക്കേണ്ടതാണ്. എന്നാൽ, ആ അർഥത്തിൽ ഈ വിഷയത്തെ പഠിച്ചിട്ടുള്ളവർ വളരെ പരിമിതമാണ്. പക്ഷേ, ഈ വീക്ഷണത്തിലടക്കം മുഖ്യ വിഷയം ഒരുതരത്തിലുള്ള അനുഭവമാത്രവാദമാണ്. (അവബോധനിഷ്ക്രിയത്വ കാഴ്ചപ്പാടിനു വിരുദ്ധമാണത്) ശാസ്ത്ര സിദ്ധാന്തങ്ങൾ അവയുടെ 'അനുഭവമാത്രപര്യാപ്തത'യുടെ അടിസ്ഥാനത്തിൽ വിലയിരുത്തപ്പെടണമെന്നാണത് വാദിക്കുന്നത്. പ്രയോഗത്തിന്റെ പരിമിതമായ പങ്കിനെപ്പോലും അംഗീകരിക്കുന്നതിൽ മുഖ്യധാരാ തത്വശാസ്ത്രം നിരന്തരമായ അവഗണനയാണ് കാണിച്ചുകൊണ്ടിരിക്കുന്നത്. പ്രയോഗത്തിനും സിദ്ധാന്തത്തിനും മുകളിൽ നിൽക്കുന്ന ശാസ്ത്രത്തിന്റെ വിധിതീർപ്പ് നിലവാരത്തെയാണ് അതെപ്പോഴും അന്വേഷിക്കുന്നത്.

3

വൈരുധ്യാത്മക ഭൗതികവാദവും ശാസ്ത്രത്തിന്റെ സമകാലിക മുന്നേറ്റവും

(എ) സോവിയറ്റ് യൂണിയന്റെ അനുഭവങ്ങൾ

മാർക്സിയൻ സിദ്ധാന്തത്തിൽ സോവിയറ്റ് യൂണിയന് ഉണ്ടാക്കാനായ നേട്ടങ്ങളുമായിട്ടുള്ള അഭിഗമ്യത നഷ്ടപ്പെട്ടുവെന്നാണ് സോവിയറ്റ് യൂണിയന്റെ തകർച്ചകൊണ്ടുണ്ടായ നഷ്ടങ്ങളിൽ പ്രധാനപ്പെട്ട ഒന്ന്. ശാസ്ത്രത്തിന്റെ തത്വശാസ്ത്രപരമായ ധാരണകളെക്കുറിച്ച് സോവിയറ്റ് യൂണിയനിലെ നിരവധി സ്ഥാപനങ്ങളും ജനങ്ങളുമൊക്കെ പഠനം നടത്തിയിരുന്നു. പൊതുവിൽ തത്വചിന്താപരമായ മേഖലയിലും ഓരോ വൈജ്ഞാനികശാഖയിലും അതിന്റെ അവാന്തര വിഭാഗങ്ങളിലും ഉയർന്നുവരുന്ന പ്രായോഗികവും സൈദ്ധാന്തികവുമായ മേഖലകളിലാണിത് നടന്നുവന്നിരുന്നത്. ലോകത്തിലെ മറ്റു പ്രദേശങ്ങളിൽനിന്ന് വ്യത്യസ്തമായി ശാസ്ത്രജ്ഞരും തത്വചിന്തകരും താൽപ്പര്യപൂർവം ഈ പ്രവർത്തനത്തിൽ പങ്കെടുക്കുകയും വിവിധ വിജ്ഞാനശാഖകളിൽ ഉയർന്നുവരുന്ന പ്രശ്നങ്ങളോട് പ്രതികരിക്കുകയും ചെയ്തിരുന്നു.

ഈ കൃതികളിൽ മിക്കവാറും പുറത്തിറങ്ങിയത് റഷ്യൻ ഭാഷയിലായിരുന്നു. ആ ഭാഷ അറിയാവുന്നവർക്ക് മാത്രമേ അത് മനസിലാക്കാനായിരുന്നുള്ളൂ. ഇംഗ്ലീഷ് ഭാഷയിലുണ്ടായിട്ടുള്ള കൃതികൾ ജനകീയമാണെങ്കിലും വളരെ പരിമിതവും എന്നാൽ സാങ്കേതികമല്ലാത്തതുമാണ്. പടിഞ്ഞാറൻ നാടുകളിൽ ഈ വിഷയത്തിലുണ്ടായിട്ടുള്ള അക്കാദമിക സാഹിത്യം സോവിയറ്റ് വിരുദ്ധർക്ക് മേധാവിത്വമുള്ള സോവിയറ്റോളജിസ്റ്റുകളിൽനിന്ന് വന്നിട്ടുള്ളതും തത്വശാസ്ത്ര വിഷയങ്ങളിൽ താൽപ്പര്യം കാണിക്കാത്തവയുമാണ്. ഇതിൽ ശ്രദ്ധേയമായത് ലോറൻ ഗ്രഹാമിന്റെ *സോവിയറ്റ് യൂണിയനിലെ ശാസ്ത്രവും തത്വചിന്തയും* എന്ന കൃതിയും പിന്നീടുള്ള പുസ്തകങ്ങളുമാണ്. ഈ കൃതി വിമർശനാത്മ

കമാണ്. ഗ്രന്ഥകർത്താവ് ഒരു തത്വചിന്തകനല്ലെങ്കിലും നിരവധി കാര്യങ്ങളിൽ അനുകമ്പാപൂർണവും യുക്തിപരവും നീതിപൂർവകവുമായ സമീപനമാണെടുത്തിട്ടുള്ളത്. അനുകമ്പാപൂർണമായ സമീപനമെടുക്കുന്ന ഇത്തരം കൃതികൾ അപൂർവമാണ്. മറ്റു രാജ്യങ്ങളിലെ മാർക്സിസ്റ്റുകാർ, പ്രത്യേകിച്ചും പടിഞ്ഞാറുള്ളവർ, സോവിയറ്റ് യൂണിയനിലെ തത്വചിന്തയെക്കുറിച്ച് വളരെക്കുറച്ച് മാത്രമേ എഴുതിയിട്ടുള്ളൂ. പ്രകൃതിയിലെ വൈരുധ്യാത്മകതയെക്കുറിച്ച് സോവിയറ്റ് യൂണിയനിലുണ്ടായ ശാസ്ത്രവികാസത്തിന്റെ പശ്ചാത്തലത്തിൽ ഏറെ എഴുതപ്പെട്ടിട്ടുണ്ട്. അത് വലിയ നേട്ടം തന്നെയാണ്.

പ്രകൃതിയുടെ വൈരുധ്യാത്മകത സംബന്ധിച്ച പഠനത്തിന് സോവിയറ്റ് യൂണിയനിൽ ശ്രദ്ധേയമായ ചില നേട്ടങ്ങളുണ്ടായിട്ടുണ്ട്. പുതിയ ശാസ്ത്രീയ സിദ്ധാന്ത രൂപീകരണത്തിൽ വൈരുധ്യാത്മക ഭൗതികവാദത്തിന്റെ ഉപയോഗത്തിന് വലിയ പങ്കുവഹിക്കാനായിട്ടുണ്ട്. ഇതിൽ സംശയരഹിതമെന്യേ പറയാവുന്നത് സോവിയറ്റ് മനഃശാസ്ത്രത്തിനും ജീവൻ രൂപപ്പെട്ടതു സംബന്ധിച്ചും ഉണ്ടായ ശാസ്ത്രനേട്ടങ്ങളാണ്. ക്വാണ്ടം ബലതന്ത്രത്തിന്റെ വികാസം സംബന്ധിച്ച് മുഖ്യമായുണ്ടായിരുന്ന നിലപാടിന്റെ വിമർശനമാണ് ഏറ്റവും പ്രധാനപ്പെട്ട ഒരു നേട്ടം. കോപ്പൻഹേഗൻ വ്യാഖ്യാനം (ബോർ, ഹൈസൻബെർഗ് എന്നിവരുടെ വ്യാഖ്യാനങ്ങളാണ് മുഖ്യമായിരുന്നത്, ഈ പേര് നൽകിയതാകട്ടെ മാർക്സിസ്റ്റുകാരുമാണ്) എന്ന് വിളിക്കപ്പെടുന്നതിനെതിരെ ഉണ്ടായ വിമർശനമാണ് ഭൗതികശാസ്ത്രത്തിന്റെ ചരിത്രത്തിൽ നായകസ്ഥാനത്തു നിൽക്കുന്നത്.

മുതലാളിത്തലോകത്ത് ഉണ്ടായ പുതിയ ശാസ്ത്രനേട്ടങ്ങളോട് പ്രതികരിച്ചുകൊണ്ട് പോസിറ്റീവ് കാഴ്ചപ്പാടുകളെയും ആശയപരമായ വീക്ഷണങ്ങളെയും പ്രതിരോധിച്ചുകൊണ്ട് നിരവധി വ്യാഖ്യാനങ്ങൾ പ്രകൃതിയുടെ വൈരുധ്യാത്മകത സംബന്ധിച്ച മൊത്തം പഠനങ്ങളിൽ ഉന്നയിച്ചിട്ടുണ്ട്. പ്രപഞ്ചോൽപ്പത്തി സംബന്ധിച്ച ബിഗ്–ബാങ് സിദ്ധാന്തത്തിന്റെ (മഹാവിസ്ഫോടനം) മതാത്മക സ്വഭാവത്തെക്കുറിച്ച് സോവിയറ്റ് ശാസ്ത്രജ്ഞർ വിമർശനാത്മക വീക്ഷണത്തോടെയാണ് കണ്ടിരുന്നത്. സമകാലിക മുതലാളിത്തലോകത്ത് നിലനിന്നിരുന്ന ശാസ്ത്രത്തെക്കുറിച്ചുള്ള പിന്തിരിപ്പൻ വ്യാഖ്യാനങ്ങൾക്കെതിരെ സോവിയറ്റ് ശാസ്ത്രജ്ഞർ വിശാലമായ തോതിലുള്ള വിമർശനങ്ങൾ വികസിപ്പിച്ചെടുത്തിരുന്നു.

എന്തൊക്കെയായാലും സമകാലിക ശാസ്ത്രത്തെക്കുറിച്ചുള്ള വൈരുധ്യാത്മകതയുടെ പ്രയോഗത്തിന് ചില പ്രധാനപ്പെട്ട നിഷേധാത്മക വശങ്ങളുണ്ട്. നിരവധി സന്ദർഭങ്ങളിൽ ശാസ്ത്രത്തിലെ പുതിയ സംഭവഗതികളെക്കുറിച്ച് വൈരുധ്യാത്മകതയോ ഭൗതികവാദ ചിന്താഗതിയോ പ്രകടിപ്പിക്കുന്നവർ ചില വ്യാഖ്യാനങ്ങൾ അവതരിപ്പിക്കുന്നത് ആശയവാദപരമായോ യാന്ത്രികമായോ ആണ്. അതേസമയത്തുതന്നെ ചില പുതിയ സംഭവഗതികളെ ആശയവാദപരമായോ പോസിറ്റീവിസ്റ്റായോ ചിത്രീ

കരിക്കാനുമാവും. പ്രത്യേകിച്ച് സോവിയറ്റ് യൂണിയനു പുറത്ത് പടിഞ്ഞാറൻ നാടുകളിൽ രൂപപ്പെട്ടിട്ടുള്ളവയെ. ഇത്തരം വിമർശനങ്ങൾക്കാവട്ടെ സോവിയറ്റ് ചരിത്രത്തിൽ പിൽക്കാലത്ത് സോഷ്യലിസ്റ്റ് ജനാധിപത്യ ലംഘനത്തിന്റേതായ വൃത്തികെട്ട രൂപം കൈക്കൊള്ളേണ്ടിവരികയും ചെയ്തിട്ടുണ്ട്.

ലൈസങ്കോയിസത്തിന്റെ ദൗർഭാഗ്യകരമായ സംഭവത്തിൽനിന്നുള്ള പാഠങ്ങൾ വൈരുധ്യാത്മക ഭൗതികവാദികൾക്ക് അവഗണിക്കാനാവില്ല. പറ്റിയ തെറ്റിന്റെ വലുപ്പം കുറച്ചുകാണാതിരിക്കേണ്ടത് പ്രധാനമാണ്. ജനിതകശാസ്ത്രവും പരിണാമവും തമ്മിലുള്ള ബന്ധത്തിൽ നിന്നാണ് ലൈസങ്കോയിസം ഉയർന്നുവന്നതെന്നത് ഊന്നിപ്പറയേണ്ടിയിരിക്കുന്നു. പടിഞ്ഞാറൻ രാജ്യങ്ങളിലെ ജനിതകശാസ്ത്രത്തിന് മേൽക്കൈ വഹിച്ചിരുന്നവർ ബീജഗുണോൽക്കർഷ വിജ്ഞാനക്കാരായ വംശീയവാദികളായിരുന്നു. ശാസ്ത്രത്തിന് പ്രത്യയശാസ്ത്രം നിർദേശിച്ച് നൽകുന്നതിൽ ലൈസങ്കോ പരാജയപ്പെട്ടുവെന്നു മാത്രമല്ല, മൂർത്തമായ ശാസ്ത്രീയ സിദ്ധാന്തവും പ്രയോഗവും രൂപപ്പെടുത്തുന്നതിലും അദ്ദേഹം പരാജയപ്പെട്ടു. ലൈസങ്കോയിസം സ്റ്റാലിന്റെ കാലത്തുണ്ടായ വ്യക്തിപൂജയെയും സോവിയറ്റ് ജനാധിപത്യത്തിൻെറ ലംഘനങ്ങളെയും താങ്ങിനിർത്തുന്ന സമീപനമെടുത്തു. പ്രത്യയശാസ്ത്രപരമായ ജീവിതത്തിൽ സോവിയറ്റ് ജനാധിപത്യത്തിന്റെ ലംഘനം ഹാനികരമായ നിരവധി പ്രത്യാഘാതങ്ങളാണുളവാക്കിയത്. (എന്നാൽ, ഈ പ്രത്യാഘാതങ്ങളെ അത്യുക്തി കലർത്തി പറയാനോ അതിന്റെ ദീർഘകാലികതയെക്കുറിച്ച് പറയാനോ തയ്യാറാവേണ്ടതില്ല.)

എന്നാൽ, ലൈസങ്കോയിസം കൂടുതൽ പൊതുവായ ഒരു പ്രശ്നത്തിന്റെ കൂടുതൽ തീവ്രമായ പാഠഭേദമാണ്. യു എസ് എസ് ആറിൽ പ്രകൃതിയുടെ വൈരുധ്യാത്മകത സംബന്ധിച്ച ചർച്ചകൾ, അപൂർവം അവസരങ്ങളിലൊഴികെ, ശാസ്ത്രത്തിൽ മൂർത്തമായ മുന്നേറ്റമുണ്ടാക്കണമെന്ന് നിർബന്ധം പിടിച്ചിരുന്നില്ല. ഇതിനുള്ള പ്രധാനപ്പെട്ട ഒരു അപവാദം ആപേക്ഷികതയെ സംബന്ധിച്ച പൊതു സിദ്ധാന്തത്തിൽ ഫോക് നടത്തിയ പ്രവർത്തനങ്ങളാണ്. പൊതു ആപേക്ഷിക സിദ്ധാന്തത്തിന്മേൽ അദ്ദേഹം നിരന്തരമായി മൂർത്തമായ പരീക്ഷണങ്ങൾ നടത്തിക്കൊണ്ടിരുന്നു. (അദ്ദേഹത്തിന്റെ പല പരീക്ഷണങ്ങളും നടന്നിരുന്നത് സോവിയറ്റ് യൂണിയന് പുറത്തായിരുന്നുവെന്ന വിമർശനം ഉന്നയിക്കാവുന്നതാണ്.) ക്വാണ്ടം ബലതന്ത്രം വ്യാഖ്യാനിക്കുന്നതിൽ നടന്ന സോവിയറ്റ് സംവാദത്തിൽ മുഖ്യമായ ഈ പോരായ്മ പ്രകടമാണ്. ഈ സംവാദത്തിൽ ഉണ്ടായ മുന്നേറ്റം പടിഞ്ഞാറ് ബ്രിട്ടീഷ് ഭൗതികശാസ്ത്രജ്ഞനായ ജോൺ ബെൽ നടത്തിയ പ്രവർത്തനമാണ്. ക്വാണ്ടം ബലതന്ത്രത്തിലെ വ്യത്യസ്ത സങ്കൽപ്പനങ്ങളെ യോജിച്ച പരീക്ഷണങ്ങളിലൂടെ വീക്ഷിക്കുന്നതിനുള്ള രീതികൾ അദ്ദേഹം വികസിപ്പിച്ചെടുത്തു. മുമ്പ് 'ചിന്താപരമായ പരീക്ഷണ'ങ്ങളിലൂടെ മാത്രം സാധ്യമാവുമെന്ന് കരുതിയിരുന്ന പരീക്ഷ

ണങ്ങൾ പഠനം നടത്തുന്നതിന് ഈ സാങ്കേതിക വികാസം സഹായിച്ചു. 'ബെൽസ് തിയറം' എന്ന് വിളിക്കപ്പെടുന്ന സിദ്ധാന്തം രൂപപ്പെട്ടതിനു ശേഷം അതിന്മേൽ നിർണായക സംഭാവനകളൊന്നുംതന്നെ നൽകുന്നതിന് സോവിയറ്റ് ഭൗതികശാസ്ത്രത്തിന് കഴിഞ്ഞിട്ടില്ല എന്നത് ശ്രദ്ധിക്കേണ്ടതാണ്.

ഈ പോരായ്മയോടൊപ്പംതന്നെ കാണേണ്ട കാര്യം താത്വികമോ വ്യാമോഹപരമോ ആയ ചില വിഷയങ്ങൾ താത്വിക ചർച്ചയിലൂടെയല്ല ശാസ്ത്രത്തിന്റെ മൂർത്തമായ വികാസത്തിലൂടെ മാത്രമേ പരിഹരിക്കപ്പെടൂ എന്നതാണ്. ചിന്തയിലെ വൈരുധ്യങ്ങളിൽ, ശരിയായ വൈരുധ്യാത്മക വ്യാഖ്യാനം തെരഞ്ഞെടുക്കുന്നതിൽ ആത്മനിഷ്ഠ വൈരുധ്യങ്ങൾ പ്രതിഫലിക്കുന്നതിനോ ആവശ്യമായ ശാസ്ത്രീയ ജ്ഞാനമില്ലാതിരിക്കുന്നതിനോ ഒരു ചരിത്രകാലത്തിനുശേഷം ഉണ്ടാകുന്ന ശാസ്ത്രീയമായ വളർച്ച പരിഗണിക്കപ്പെടുന്നതിനോ ഒക്കെ ഇടയാക്കിയേക്കാം. പ്രയോഗത്തിൽ ഇതൊക്കെത്തന്നെ പലപ്പോഴും സംഭവിക്കുകയും തത്വചിന്താപരമായ സംവാദങ്ങൾ ഫലം കാണാതെ തനിയെ ഇല്ലാതായിത്തീരുകയും ചെയ്യുന്നതിന്റെ അനുഭവങ്ങളുണ്ട്. എന്നാൽ, വൈരുധ്യങ്ങൾക്കകത്ത് ശാസ്ത്രീയ ചർച്ചകളിൽ ഇങ്ങനെയുണ്ടാകുന്ന തീരുമാനങ്ങൾക്ക് വ്യക്തമായ സ്ഥാനം കണ്ടെത്താനായില്ല.

സോവിയറ്റ് യൂണിയനിൽ വൈരുധ്യാത്മക ഭൗതികവാദത്തിന് ഉണ്ടായ വളർച്ച സംബന്ധിച്ച വിലയിരുത്തൽ വിശദമായി ഈ കുറിപ്പിൽ നടത്തേണ്ടതില്ലെന്നതിനാൽ ഈ വിഷയം നമുക്കിവിടെ അവസാനിപ്പിക്കാവുന്നതാണ്. ശാസ്ത്രത്തെ സംബന്ധിച്ചുള്ള തത്വശാസ്ത്രത്തിലെ സംവാദങ്ങൾക്ക് സമാന്തരമായി താത്വിക വിഷയങ്ങളായ ചലനത്തിന്റെ സ്വഭാവം (സെനോയുടെ പൂർവാപര വൈരുധ്യം മുതലായവ), സാധാരണ തർക്കശാസ്ത്രവും വൈരുധ്യാത്മക തർക്കശാസ്ത്രവും തമ്മിലുള്ള ബന്ധം എന്നിവയും ചർച്ച ചെയ്യപ്പെട്ടു. ഈ രണ്ട് വിഷയങ്ങളും യു. എസ് എസ് ആറിൽ നിരന്തരമായി ചർച്ച ചെയ്യപ്പെട്ടത് (എനിക്ക് നേരിട്ടറിയാവുന്നതുപോലെ) ഏതെങ്കിലും നിശ്ചിത തീരുമാനത്തിലെത്തുന്നതിനായിരുന്നില്ല. വൈരുധ്യാത്മക വീക്ഷണത്തിൽ സോവിയറ്റ് യൂണിയനിൽ നടന്ന താത്വിക സംവാദത്തിന്റെ ഒരു ചെറു വിശദീകരണം നമുക്കാവശ്യമുണ്ടെന്ന് ഞാൻ കരുതുന്നു.

(ബി) സോവിയറ്റ് യൂണിയനു പുറത്ത് വൈരുധ്യാത്മക ഭൗതികവാദവും ശാസ്ത്രവും

നാമിവിടെ ചൂണ്ടിക്കാണിക്കുന്നത് വൈരുധ്യാത്മക ഭൗതികവാദരംഗത്ത് സോവിയറ്റ് യൂണിയനു പുറത്തുണ്ടായ നേട്ടങ്ങളെയാണ്. അതിന് ശാസ്ത്രരംഗത്ത് മാർക്സിസ്റ്റ് തത്വശാസ്ത്രവുമായി ഉറ്റ ബന്ധമുണ്ടായിരുന്ന ബ്രിട്ടീഷ് ജീവശാസ്ത്രജ്ഞർ, ജാപ്പനീസ് ഭൗതികശാസ്ത്രജ്ഞരായ തകേതാനി, സകാത എന്നിവർ പ്രകൃതിയുടെ വൈരുധ്യാത്മകത സംബ

ന്ധിച്ച് നൽകിയ ധാരണകൾ (ഇതാണ് ക്വാർക്കുകളെ സംബന്ധിച്ച ധാരണകൾ വികസിപ്പിക്കുന്നതിന് നേരിട്ടിടയാക്കിയത്) ക്വാണ്ടം ബലതന്ത്രം സംബന്ധിച്ചുള്ള പോസിറ്റിവിസ്റ്റ് വീക്ഷണത്തിനുള്ള ഈ വിമർശനം നടത്തുന്നതിൽ ബോം, വിജിയർ തുടങ്ങിയ മാർക്സിസ്റ്റുകളുടെ സംഭാവനകൾ ഇതിൽ ഉൾപ്പെടുന്നു. മാർക്സിസ്റ്റ് അനുഭാവികളായ ശാസ്ത്രജ്ഞരായ ഗൗൾഡ്, മെയർ എന്നിവരെപ്പോലുള്ളവരും ജീവശാസ്ത്രത്തിന്റെ മുന്നേറ്റത്തിൽ നിർണായക സംഭാവനകൾ നൽകിയിട്ടുണ്ട്.

മറ്റൊരു നേട്ടം ശാസ്ത്രത്തിൻെറ ചരിത്രത്തിനുണ്ടായിട്ടുള്ളതാണ്. ലോകത്തെ സംബന്ധിച്ച 'ആത്മനിഷ്ഠ'മെന്ന് വിളിക്കപ്പെടുന്ന കാഴ്ചപ്പാടിനു പുറമെ വലിയ സംഭാവനകൾ നൽകിയത് ജെ ഡി ബെർനൽ, ജോസഫ് നീഥാം എന്നീ മാർക്സിസ്റ്റ് തത്വശാസ്ത്രവുമായി ഉറ്റബന്ധമുള്ളവരാണ്. പടിഞ്ഞാറൻ നാടുകളിൽ, പ്രകൃതിയുടെ വൈരുധ്യാത്മകതയ്ക്ക് 'പാശ്ചാത്യ മാർക്സിസ'ത്തിന്റെ വ്യത്യസ്ത കാഴ്ചപ്പാടുകൾ ഉയർത്തിവിട്ട സന്ദേഹങ്ങൾ ഗണ്യമായ ഹാനി വരുത്തിവെച്ചു.

4

വൈരുധ്യാത്മക ഭൗതികവാദത്തിലെ ഇന്നത്തെ ചില വിഷയങ്ങൾ

വൈരുധ്യാത്മക ഭൗതികവാദവും സമകാലിക ശാസ്ത്രവും തമ്മിലുള്ള ബന്ധത്തിന്റെ ഇന്നത്തെ സ്ഥിതിയെന്താണ്?

സൗകര്യത്തിനുവേണ്ടി ഭൗതികവാദത്തിന്റെയും വൈരുധ്യവാദത്തിൻെറയും സങ്കൽപ്പനങ്ങളെ ഒന്ന് വേർതിരിച്ചു നോക്കിയാൽ ലോകത്തെ സംബന്ധിച്ചുള്ള ഭൗതികവാദ സങ്കൽപ്പനം ഒരിക്കലും ഏറെ ശക്തമായിരുന്നില്ലെന്ന് കാണാൻ കഴിയും. ഭൗതിക വീക്ഷണത്തെക്കുറിച്ച് പറഞ്ഞാൽ പദാർഥത്തിന്റെ ഘടന സംബന്ധിച്ച മൗലികവും ദീർഘകാലമായി നിലനിന്നുവരുന്നതുമായ താത്വിക നിഗമനങ്ങൾ ശ്രദ്ധേയമായ വിധം സ്ഥാപിക്കപ്പെട്ടിട്ടുണ്ട്. അവയെത്തുടർന്ന് ഉണ്ടായ സംഭവഗതികളും താത്വിക നിഗമനങ്ങളെ സാധൂകരിക്കുന്നതിന് സഹായകമായിട്ടുണ്ട്.

അതേസമയംതന്നെ പ്രകൃതിസിദ്ധവും സാമൂഹികവുമായ ലോകത്തെക്കുറിച്ചുള്ള ഭൗതികവാദ സങ്കൽപ്പനം ശക്തിയായി ഉറപ്പിച്ചെടുക്കുന്നതിന്റെ പ്രത്യയശാസ്ത്രപരമായ പ്രാധാന്യം ഒരിക്കലും ശക്തിയായി നിറവേറ്റപ്പെട്ടിട്ടില്ല. 'പോസിറ്റിവിസ്റ്റാനന്തര' തത്വചിന്ത വിവിധ തരത്തിൽ സമകാലിക സാമൂഹികശാസ്ത്രത്തെ അവർക്കിഷ്ടപ്പെട്ടവിധം പ്രപഞ്ചത്തെ സമകാലിക കാരണങ്ങളുടെ അടിസ്ഥാനത്തിൽ വ്യാഖ്യാനിക്കാൻ ശ്രമിക്കുമ്പോൾ ഇത് അത്യന്താപേക്ഷിതമാണ്. ശാസ്ത്രത്തിന്റെ ഭൗതികവാദ വീക്ഷണത്തിനെതിരായി നടക്കുന്ന ഏത് ആക്രമണവും വാസ്തവത്തിൽ സാമൂഹിക ലോകത്തെക്കുറിച്ചുള്ള ഭൗതികവാദ വീക്ഷണത്തിനെതിരായിട്ടുള്ള നിഴൽ യുദ്ധമാണ്. വികസ്വരലോകത്ത് മുതലാളിത്തപൂർവ ആശയങ്ങളും ചിന്താരീതികളും നിലനിൽക്കെ 'പോസിറ്റിവാനന്തര' ചിന്തകൾ വിജ്ഞാനവിരോധങ്ങളിലേക്കും പിന്തിരിപ്പൻ ആശയങ്ങളിലേക്കുമാണ് നയിക്കുക. അത്തരമൊരു പശ്ചാത്തലത്തിൽ

ഇന്ത്യൻ സർവകലാശാലകളിലെ ജ്യോതിഷപഠനം പോലുള്ള വിഷയങ്ങളിൽ ഇത്തരത്തിലുള്ള വിജ്ഞാന വിരോധത്തിനെതിരെ പോസിറ്റിവിസ്റ്റ് ചിന്താഗതിയുമായി സഖ്യത്തിലേർപ്പെടാൻപോലും നിർബന്ധിതമാകും.

മാർക്സിയൻ തത്വശാസ്ത്രത്തിലെ ചില പ്രവണതകളിൽ വൈരുധ്യാത്മക ഭൗതികവാദമെന്ന സംയുക്തത്തിലെ ഭൗതികവാദത്തിന് ഊന്നൽ നൽകാതിരിക്കാനും അത്തരമൊരു അതീന്ദ്രിയപരമായ കൂട്ടിച്ചേർക്കലാണെന്ന് കാണാനും വൈരുധ്യവാദത്തിനാണ് ഊന്നൽ നൽകിയിരിക്കുന്നതെന്ന് വരുത്താനുമുള്ള ചില പ്രവണതകൾ ദൃശ്യമാണ്. ഭൗതികേതര തത്വശാസ്ത്രങ്ങളുടെ വിശാലനില പരിശോധിച്ചാൽ ഭൗതികവാദത്തിലൂന്നാത്ത വൈരുധ്യവാദം ആപേക്ഷികതാവാദത്തിലേക്ക് വാതിൽ തുറക്കുമെന്ന് കാണാനാവും. മാറ്റത്തിന് വസ്തുനിഷ്ഠമായ ഒരു അടിസ്ഥാനം നൽകാതിരുന്നാൽ വൈരുധ്യവാദം തന്നെ ശുദ്ധ ആത്മനിഷ്ഠമോ സ്വേച്ഛാനുസൃതമോ ആയ ഒരുതരം മാറ്റവും പരിവർത്തനവുമായി അധഃപതിക്കും. അങ്ങനെ വന്നാൽ പരിവർത്തനം ഗുണകരമോ സത്യസന്ധമോ പുരോഗമനപരമോ എന്നൊന്നും നിശ്ചയിക്കാനാവാതെ വരും. ഇതിനെയാണ് കുൺ 'അടിസ്ഥാനപരമായ മാറ്റം' എന്ന് ആഘോഷിച്ചത്. ശാസ്ത്രീയമാറ്റത്തിന്റെ വിപ്ലവസ്വഭാവത്തെ അത് തിരിച്ചറിയുന്നുണ്ടെങ്കിലും അതിനെയൊരു ആത്മനിഷ്ഠ മാറ്റമാക്കി ചുരുക്കുകയും അനുഭവത്തിൽ തെറ്റുകുറ്റങ്ങളും പരിഹരിക്കാനാവാത്ത പ്രഹേളികകളും നിറഞ്ഞതാക്കി മാറ്റുകയും ചെയ്യുന്നു.

എന്തൊക്കെയായാലും ശരിയായ പ്രശ്നം ഭൗതികവാദപരമായ വൈരുധ്യവാദത്തെ[2] മനസിലാക്കുക തന്നെയാണ്. ചരിത്രപരമായി, വൈരുധ്യവാദത്തെ സംബന്ധിച്ച മിക്കവാറും എല്ലാ പ്രതിപാദനങ്ങളിലും അതിനെ അവതരിപ്പിക്കുന്നത് ചലനത്തിൻെറ ചില പൊതു സവിശേഷതകളും വൈരുദ്ധ്യവാദത്തിൻെറ മൂന്ന് നിയമങ്ങളും എന്ന നിലയിലാണ്. ഈ മൂന്ന് നിയമങ്ങളാകട്ടെ, വിപരീതങ്ങളുടെ അന്യോന്യമുള്ള തുളച്ചുകയറ്റം, ഗണപരമായ പരിവർത്തനത്തിന്റെ ഭാഗമായുണ്ടാകുന്ന ഗുണപരമായ മാറ്റം, നിഷേധത്തിന്റെ നിഷേധം എന്നിവയാണ്. മാർക്സിസ്റ്റുകാർക്കിടയിൽപ്പോലും ഈ അവതരണരീതി വ്യാപകമായ രീതിയിൽ വിമർശനവിധേയമാക്കപ്പെട്ടിട്ടുണ്ട്. ഇത്തരത്തിൽ ലളിതവൽക്കരിക്കപ്പെട്ട രൂപവൽക്കരണങ്ങൾ മാർക്സിയൻ തത്വശാസ്ത്ര അധ്യയന പ്രക്രിയയിൽ വലിയ പങ്കു നിർവഹിച്ചിട്ടുണ്ടെങ്കിലും മാർക്സിസത്തെ ഒരു ശാസ്ത്രമെന്ന നിലയിൽ വികസിപ്പിക്കുന്നതിന് അത് അപര്യാപ്തമാണ്. ഖേദകരമെന്നുപറയട്ടെ വൈരുധ്യാത്മക ഭൗതികവാദം സോവിയറ്റ് ജനതയ്ക്കിടയിൽ ഈ രീതിയിൽ തന്നെയാണ് മേൽക്കൈ നേടിയത്. എന്നാൽ, വൈരുധ്യവാദം സംബന്ധിച്ച സോവിയറ്റ് ചർച്ചകളിൽ ഈ ലളിതവൽകൃത ധാരണയ്ക്കാണ് മേൽക്കൈ കിട്ടിയത് എന്നു പറയുന്നത് ശരിയാവില്ല. യു എസ് എസ് ആറിൽ തന്നെ ഗൗരവതരമായ തത്വശാസ്ത്ര

സംവാദങ്ങൾ നടന്നതിന് തെളിവുണ്ട്.

വൈരുധ്യവാദത്തിൻെറ ലളിതവൽകൃതമായ ഈ രൂപവൽക്കരണത്തിന്റെ വീക്ഷണത്തിൽ സമകാലിക ശാസ്ത്രരംഗത്തുണ്ടായ മുന്നേറ്റത്തിന് യാതൊരു തരത്തിലും വൈരുധ്യാത്മക ഭൗതികവാദത്തെ ദുർബ്ബലപ്പെടുത്താനാവില്ല. അളവിലെ മാറ്റം ഗുണപരമായ മാറ്റമായി മാറുമെന്ന് ശാസ്ത്രം അംഗീകരിക്കുന്നതായി നാം മുമ്പേ തന്നെ വ്യക്തമാക്കിയിട്ടുണ്ട്.

പ്രകൃതിയുടെ വൈരുധ്യാത്മകതയുമായി ബന്ധപ്പെട്ട് രണ്ട് കർത്തവ്യങ്ങളാണ് നിഷേധത്തിന്റെ നിഷേധം എന്ന നിയമം നിർവഹിക്കുന്നത്. കാലത്തിന്റെ ദിശ മുന്നോട്ടാണെന്ന് ഉറപ്പിക്കലാണ് ഈ നിയമത്തിന്റെ ഒരു കടമ. മാറ്റത്തോടൊപ്പം പ്രകൃതി മുന്നോട്ടു നീങ്ങിക്കൊണ്ടിരിക്കുകയുമാണ്. പരിണാമത്തെക്കുറിച്ചുള്ള കുറിപ്പുകളിൽ എംഗൽസ് വ്യക്തമാക്കിയതുപോലെ അത് എല്ലാം പുരോഗമനപരമാണെന്ന രീതിയിൽ ലളിതമായി വ്യാഖ്യാനിക്കുന്നത് ശരിയല്ല. വെറും പുനരുൽപ്പാദനവും വളർച്ചയുമെന്ന പ്രക്രിയയിൽ ജീവശാസ്ത്രലോകത്ത് നിഷേധത്തിന്റെ നിഷേധനിയമത്തിന് വ്യക്തമായും കൂടുതൽ ശക്തമായ അർഥതലമുണ്ട്. രണ്ടാമത്തെ കടമ ശാസ്ത്രീയ വിജ്ഞാനത്തിന്റെ വളർച്ചയുമായി ബന്ധപ്പെട്ടതാണ്. ശാസ്ത്രം പുതിയ വിശദീകരണങ്ങളും സിദ്ധാന്തങ്ങളുമായി മുന്നോട്ടുപോവുക മാത്രമല്ല മുമ്പത്തെ സിദ്ധാന്തം ശരിയായി തോന്നിയത് എന്തുകൊണ്ടാണെന്ന് വിശദീകരിക്കുകയും വസ്തുനിഷ്ഠ യാഥാർഥ്യമായി അത് വിശദീകരിക്കുന്നതിനിടയാക്കിയത് എന്തുകൊണ്ടാണെന്ന് വ്യക്തമാക്കുകയും ചെയ്യുന്നു. ഇതിനുള്ള വ്യക്തമായ ഒരുദാഹരണമാണ് ഭൂമിയാണ് സൗരയൂഥകേന്ദ്രമെന്ന ടോളമിയുടെ ധാരണ സംബന്ധിച്ച സിദ്ധാന്തം. ഗലീലിയോ, കെപ്ളർ, ന്യൂട്ടൻ എന്നിവർ സൂര്യനാണ് സൗരയൂഥകേന്ദ്രമെന്ന സിദ്ധാന്തവുമായി വന്നു. എന്നാൽ, ഗുരുത്വാകർഷണശക്തികളുടെ അടിസ്ഥാനത്തിൽ ഗ്രഹങ്ങളുടെ ചലനത്തെ വിശദീകരിച്ചും തുടർന്നുള്ള വികാസം ഉപയോഗപ്പെടുത്തുകയും ചെയ്തുകൊണ്ട് സൗരയൂഥത്തിൻെറ ചലനത്തെ ഭൂമിയെ കേന്ദ്രസ്ഥാനത്ത് നിർത്തിയും അതേ നിലയിൽ തന്നെ വേണമെങ്കിൽ വ്യാഖ്യാനിക്കാനാവും. ആധുനിക ഭാഷയിൽ ബലതന്ത്രത്തിന്റെ സമവാക്യങ്ങൾക്ക് ഭൂമി സ്ഥിരമായി നിൽക്കുന്ന ഒന്നാണെന്ന അടിസ്ഥാനത്തിൽപോലും ഗ്രഹങ്ങളുടെ സഞ്ചാരം കൃത്യമായി വിശദീകരിക്കാനാവും. ഇത് ഒരുപക്ഷെ, ടോളമിക്ക് ചെയ്യാനാവുമായിരുന്നില്ല. സൂര്യ കേന്ദ്രീകൃത കാഴ്ചപ്പാട് കണ്ടുപിടിക്കാതെ ഗുരുത്വാകർഷണ നിയമം കണ്ടെത്താനാവുമായിരുന്നില്ല.

ഒന്നാമത്തെ നിയമമായ വിപരീതങ്ങളുടെ പരസ്പരമുള്ള തുളഞ്ഞുകയറ്റം വ്യക്തമായത് ഇരുപതാം നൂറ്റാണ്ടിലെ ശാസ്ത്രരംഗത്ത് ജീവശാസ്ത്രവും ഭൗതികശാസ്ത്രവും തമ്മിൽ വേർപിരിഞ്ഞതോടെയാണ്. അവസാനത്തേതിൽ ചലനത്തിലേക്കു നയിച്ച വൈരുധ്യങ്ങൾ, ഗ്രഹങ്ങളുടെ ചലനം, സാർവത്രിക ചലനം എന്നിങ്ങനെയുള്ളവയുടെ കാര്യ

ത്തിൽ അവയുടെ അപഗ്രഥനത്തോടൊപ്പംതന്നെ പൊതുവിൽ പ്രത്യക്ഷപ്പെടാൻ തുടങ്ങി. വ്യക്തമായ വസ്തുനിഷ്ഠ യാഥാർഥ്യങ്ങൾ ഒരു ചരിത്രകാലം മുഴുവൻ അൽപ്പാൽപ്പമായി പ്രകടമാകുന്ന സ്ഥിതിയുണ്ടായി. ക്വാണ്ടം ബലതന്ത്രത്തിലെ തരംഗ – കണികാ – ദ്വന്ദ്വം തെളിയിക്കപ്പെട്ടത് ഭൗതികശാസ്ത്രത്തിൽ നാന്നൂറ് വർഷമുണ്ടായ വികാസങ്ങൾക്കുശേഷമാണ്. തുടങ്ങിയത് പ്രകാശത്തിന്റെ തരംഗസിദ്ധാന്തത്തോടെയായിരുന്നു (ന്യൂട്ടന് ഒരു കണികാ സിദ്ധാന്തമുണ്ടായിരുന്നു. അത് തെറ്റാണെന്നു തെളിഞ്ഞു) അതിനെത്തുടർന്ന് പ്രകാശത്തിന്റെ ഘടകസ്വഭാവത്തെയും ഫോട്ടോ ഇലക്ട്രിക് ഇഫക്റ്റിനെയും അവസാനമായി ക്വാണ്ടം ബലതന്ത്രത്തിൽ എല്ലാ പദാർത്ഥങ്ങളുടെയും പരസ്പരവിരുദ്ധമായ കണികാ – തരംഗ സിദ്ധാന്തവും കണ്ടെത്തപ്പെട്ടു. അതിന്റെ ഭൗതികലോക ചലനവുമായുള്ള ബന്ധത്തിന്റെ കാര്യത്തിൽ ചില കാര്യങ്ങളിൽ അവ്യക്തതയുണ്ട്. പരിണാമത്തിലേക്ക് നയിക്കുന്ന അടിസ്ഥാന വൈരുധ്യമായി എപ്പോഴും നിലവിലുള്ള തിരഞ്ഞെടുപ്പിന്റേതായ അടിസ്ഥാന മെക്കാനിസം ഒരിക്കൽ തുറന്നുകാട്ടപ്പെട്ടാൽ ഒറ്റയ്ക്കും പൊതുവായുമുള്ള വൈരുധ്യാത്മകത വ്യക്തമാവും.

ചരിത്രകാരനായ ഹോബ്സ്ബാം ഒരിക്കൽ അഭിപ്രായപ്പെട്ടത് ചരിത്രപരമായ ഭൗതികവാദത്തെക്കുറിച്ച് അവ്യക്തമായുണ്ടാക്കുന്ന ധാരണകൾപോലും ചരിത്ര പഠനത്തിൽ വിപ്ലവകരമായ സമീപന കാഴ്ചപ്പാടുകൾ രൂപപ്പെടുത്തുന്നതിന് സഹായിക്കുന്നുവെന്നാണ്. ഇത് പ്രകൃതിയുടെ വൈരുധ്യാത്മകത പഠിക്കുന്നതിലും ബാധകമാണെന്ന് പറയാൻ കഴിയും. എന്നാൽ, ചരിത്രപരമായ ഭൗതികവാദത്തിന്റെ കാര്യത്തിൽ പ്രകൃതിയുടെ വൈരുധ്യാത്മകത സംബന്ധിച്ച പഠനം എങ്ങനെ ആഴമേറിയതും മൂർച്ചയേറിയതുമായി മാറ്റാമെന്നതാണ് പ്രശ്നം. സ്വയം പ്രതിഫലിക്കുന്ന അത്തരമൊരു ധാരണ (അതിനെക്കുറിച്ചുതന്നെയും അതിന്റെ സ്വഭാവത്തെക്കുറിച്ചും) ഉള്ളത് വൈരുധ്യാത്മക ഭൗതികവാദത്തിന്റെ സവിശേഷതയാണ്. വൈരുധ്യാത്മകമല്ലാത്ത തത്വശാസ്ത്രങ്ങൾ പ്രകൃതിയും സമൂഹവും സംബന്ധിച്ച ധാരണ രൂപപ്പെടുത്തിയതും വളർന്നതുമെങ്ങനെ എന്നതിനെക്കുറിച്ച് പരിഗണിക്കാറില്ല.

വിശദമായി പറഞ്ഞാൽ, വൈരുധ്യാത്മക ഭൗതികവാദത്തിലെ സംവർഗങ്ങൾ (സംവർഗങ്ങൾ എന്നതുകൊണ്ട് അർഥമാക്കുന്നത് പദാർഥം, മനസിൽനിന്ന് സ്വതന്ത്രമായ വസ്തുനിഷ്ഠ യാഥാർഥ്യം, അളവും ഗുണവും കാരണവും ഫലവും മുതലായവയാണ്) അതുതന്നെയായി നിലകൊള്ളുമ്പോഴും അവയുടെ വ്യക്തമായ അർഥം വികസിപ്പിക്കുകയോ പരിവർത്തിപ്പിക്കുകയോ ചെയ്യേണ്ടതുണ്ട്. ചില ബൂർഷ്വാ ചിന്തകന്മാർ വൈരുധ്യാത്മക ഭൗതികവാദത്തിന്റെ ഒരു പ്രധാന പോരായ്മയായി കാണുന്നത് അതിന്റെ ചിന്താപരമായ സംവർഗങ്ങൾ ശാസ്ത്രവുമായി ബന്ധപ്പെടുത്തിയിരിക്കുന്നുവെന്നതാണ്. മറിച്ചു പറഞ്ഞാൽ, വൈരുധ്യാത്മക ഭൗതികവാദത്തിന്റെ വീക്ഷണത്തിൽ ചിന്താപരമായ

സംവർഗങ്ങൾ അതേപടി തുടരുമ്പോൾത്തന്നെ അവയുടെ ഉള്ളടക്കവും അർഥവും ഉൽപ്പാദനശക്തികളുടെ വികാസത്തിലൂടെയും ഉൽപ്പാദനബന്ധങ്ങളിൽ നിരന്തരം വരുന്ന മാറ്റങ്ങളിലൂടെയും അതിനെ സമ്പുഷ്ടമാക്കിക്കൊണ്ടിരിക്കുന്നു. എംഗൽസ് അഭിപ്രായപ്പെട്ടതുപോലെ പഴയകാല ഭൗതികവാദവും സമകാലിക ഭൗതികവാദവും തമ്മിൽ വ്യത്യാസപ്പെട്ടിരിക്കുന്നത് വിവിധ സംവർഗങ്ങളുടെ ഉള്ളടക്കവും പരസ്പര ബന്ധവും ആദ്യത്തേതിൽ ധ്യാനാത്മകവും 'ഭ്രമാത്മക'വും ആയിരുന്നെങ്കിൽ ഇന്നത് സമകാലിക ശാസ്ത്രത്തിന്റെ വികാസം മൂലമുണ്ടായ ആധുനിക ധാരണകളാൽ പകരം വയ്ക്കപ്പെട്ടിരിക്കുന്നു.

വൈരുധ്യാത്മക ഭൗതികവാദത്തിലെ സംവർഗങ്ങൾ അതിന്റെ ഉള്ളടക്കത്തിലും അർഥത്തിലും സമ്പുഷ്ടമാക്കപ്പെട്ടിരിക്കുന്നു എന്നതൊരു നിസ്സാര കാര്യമല്ല. സോവിയറ്റ് യൂണിയനിൽ മാർക്സിസ്റ്റ് തത്വശാസ്ത്രത്തിൽ നടന്ന താത്വിക ചർച്ചയുടെ ചരിത്രം വിശേഷിച്ചും സമകാലിക ശാസ്ത്രപഠനത്തിൽ ഉണ്ടായ വികാസഗതികൾ സംബന്ധിച്ച താത്വിക വ്യാഖ്യാനം ഇതാണ് വ്യക്തമാക്കുന്നത്. പ്രാങ് മുതലാളിത്ത ഉൽപ്പാദന രീതികളിൽനിന്ന് ഉയർന്നുവരുന്ന ആശയഗതികളും ധാരണകളും നിലനിൽക്കുന്ന സമൂഹങ്ങളിൽ ഈ കടമ നിർവഹിക്കുന്നത് ഏറെ ബുദ്ധിമുട്ടുള്ള ഒരു ജോലിയായിരിക്കും.

ഇതിൽ ഒന്നാമത്തെ വിഭാഗത്തിൽ നമ്മുടെ കടമ ശാസ്ത്രത്തിന്റെ ഇരുപതാം നൂറ്റാണ്ടിലെ ചരിത്രം പരിശോധിക്കുകയെന്നതായിരുന്നു. ആപേക്ഷികതാ സിദ്ധാന്തത്തിന്റെ വിജയം പരിശോധിക്കുമ്പോഴായാലും ക്വാണ്ടം ബലതന്ത്രത്തിന്റെ വ്യാഖ്യാനം സംബന്ധിച്ച ചർച്ചയിലായാലും പദാർഥം എന്ന സംവർഗത്തിലും പദാർഥത്തിലെ ചില സ്വഭാവത്തിന്റെ കാര്യത്തിലും നാം എത്രമാത്രം മുന്നോട്ടുപോയെന്ന് വ്യക്തമാക്കുകയുണ്ടായി.

വൈരുധ്യാത്മക ഭൗതികവാദത്തെ സംബന്ധിച്ച നമ്മുടെ ധാരണ മെച്ചപ്പെടുന്നതിൻെറ രണ്ടാമത്തെ നിർണായകമായ വശം വൈരുധ്യവാദത്തിൻെറ സവിശേഷതയുമായി പ്രത്യേകമായും ബന്ധപ്പെട്ടതാണ്. *ഭൗതികവാദവും അനുഭവമാത്ര വിമർശനവും* എഴുതിയതിനുശേഷം ലെനിൻ എന്തുകൊണ്ട് ഹെഗലിനെക്കുറിച്ച് പഠിക്കാൻ തുനിഞ്ഞുവെന്നതിന്റെ പ്രാധാന്യത്തിൽ ഊന്നി ലെനിനെക്കുറിച്ച് ദേവിപ്രസാദ് ചതോപാധ്യായ എഴുതിയ ഗ്രന്ഥത്തിന്റെ നിരൂപണമെഴുതിയപ്പോൾ ഇ എം എസ് നമ്പൂതിരിപ്പാട് വൈരുധ്യവാദത്തിൻെറ പ്രാധാന്യത്തിലേക്ക് ശ്രദ്ധക്ഷണിക്കുകയുണ്ടായി. ലെനിന്റെ *തത്വചിന്താപരമായ നോട്ടുബുക്കുകൾ* (വാല്യം 38, സമാഹൃത കൃതികൾ) എന്ന പുസ്തകത്തിൽ വൈരുധ്യാത്മകതയെക്കുറിച്ച് നടത്തിയ രണ്ട് സുപ്രധാന ചുരുക്ക പ്രസ്താവങ്ങൾ വായിച്ചാൽ ഇ എം എസ് ശ്രദ്ധ ക്ഷണിച്ചത് എന്തിലേക്കാണെന്ന് വ്യക്തമാകും.

രണ്ടാമത്തെ ഖണ്ഡികയിൽ ലെനിൻ ആരംഭിക്കുന്നത് ഇങ്ങനെ

യാണ്: ''പൂർണമായ ഒന്നിനെ ഭേദിക്കുന്നതും അതിന്റെ വൈരുധ്യാത്മക ഘടകങ്ങളെ തിരിച്ചറിയുന്നതും ആണ് വൈരുധ്യവാദത്തിന്റെ അന്തഃസത്ത (അനുപേക്ഷണീയതകളിൽ ഒന്ന്, പ്രധാനപ്പെട്ടവയിൽ ഒന്ന്, പ്രധാനപ്പെട്ടതല്ലെങ്കിൽ സ്വഭാവമോ ഗുണമോ)'' ശാസ്ത്രത്തിന്റെ എല്ലാ രീതിയിലുമുള്ള വികാസങ്ങളിൽ ഈ പ്രസ്താവനയുടെ പ്രാധാന്യം പ്രകടമാണ്. ഇരുപതാം നൂറ്റാണ്ടിൽ ഇതിൽ ഒന്നാം ഭാഗം പ്രായോഗികമാക്കിയതിലാണ് ശാസ്ത്രത്തിന്റെ എല്ലാ പുരോഗതിയും നിലകൊള്ളുന്നത്. ''പൂർണ്ണമായ ഒന്നിനെ ഭേദിക്കുക'' എന്നതിന്റെ അത്യുത്തരമായ സ്ഥിതി. ശാസ്ത്രത്തിന്റെ ഈ മുന്നേറ്റത്തെ ലഘൂകരിച്ചുകാണുന്നത് തെറ്റാണ്. ലഘൂകരണവാദം ഉയർന്നു വരുന്നത് വികാസത്തിന്റെ പ്രക്രിയയെ ഉൾക്കൊള്ളാതെയും വിവിധ തലങ്ങളിലുള്ള പുതിയ നിയമങ്ങളെ ഗുണപരമായി വിലയിരുത്താതെയുമിരിക്കുമ്പോഴാണ്. വേർതിരിക്കാനാവാത്ത ഏകത്വത്തെ വൈരുധ്യാത്മകതയായി ആഘോഷിക്കുന്നതിനെതിരായാണ് ലെനിന്റെ ഈ നിരീക്ഷണം മുന്നറിയിപ്പു നൽകുന്നത്. (പലപ്പോഴും ഇത് ഹോളിസം - ഘടകങ്ങളുടെ ആകെത്തുകയെക്കാൾ വലുതാണ് സമസ്തം എന്ന തത്വം - ആയി പരാമർശിക്കാറുണ്ട്.) വൈരുധ്യാത്മക വാദം ഹോളിസത്തിൽനിന്ന് വ്യക്തമായും വ്യത്യസ്തമാണ്. പൂർണമായ ഒന്നിനെ ഭേദിക്കുകയും അതിലെ വൈരുധ്യാത്മക ഘടകങ്ങളെ കണ്ടെത്തലുമാണ് വൈരുധ്യവാദം.

ഈ പ്രസ്താവനയുമായി ബന്ധപ്പെട്ടതും ബുദ്ധിമുട്ടേറിയതുമായ കാര്യം അടുത്ത ഘട്ടമായ ''വൈരുധ്യാത്മക ഘടകങ്ങളെ തിരിച്ചറിയലാണ്.'' ഇക്കാര്യത്തിൽ ധർമസങ്കടമുണ്ടാക്കുന്നത് സമകാലിക ശാസ്ത്രം ഒരുപക്ഷത്തിന് അല്ലെങ്കിൽ മറ്റേതിന് ഊന്നൽ നൽകുന്ന പക്ഷപാതപരമായ സമീപനമാണെടുക്കുന്നത് എന്നതാണ്. ക്ലാസ്സിക്കൽ ഊർജതന്ത്രത്തിന്റെ കാലത്ത് ഇതായിരുന്നില്ല സ്ഥിതി. അന്ന് വൈരുധ്യവും അതിന്റെ അനന്തരഫലവുമൊക്കെ ലളിതസമതുലിതാവസ്ഥയോടെ മനസിലാക്കാനാവുമായിരുന്നു. എന്തായാലും തരംഗ - കണികാ ദ്വിത്വത്തിൽ അടങ്ങിയിരിക്കുന്ന വൈരുധ്യം ഇത്തരത്തിൽപ്പെട്ടതല്ല. ഒരു വൈരുധ്യത്തിന്റെ ഗോചരമായ പ്രത്യേകതകൾ വൈരുധ്യത്തെത്തന്നെ മറ്റെങ്ങോട്ടോ നയിക്കുന്നു. ഉദാഹരണത്തിന്, ഒരു ക്വാണ്ടം ഘടകത്തെ ഘടകമായി കണക്കാക്കിയാൽ അയാൾ ക്വാണ്ടം തിയറിയിലെ വളവുതിരിവുകളെ സംബന്ധിച്ച് വ്യത്യസ്തമായ ഒരു ധാരണയുണ്ടാക്കുന്നതിന് നിർബന്ധിതനായിത്തീരും. മറിച്ച്, അയാളതിനെയൊരു തന്ത്രമായാണ് കാണുന്നതെങ്കിൽ തരംഗത്തിന് നിലവാരേതരമായ നിരവധി ഗുണങ്ങളുള്ളതായി കാണേണ്ടതായിവരും.

''വൈരുധ്യാത്മക വിഭാഗങ്ങളെ തിരിച്ചറിയുക'' - എന്നത് അത്യന്താപേക്ഷിതമായ ഒരു വൈരുധ്യാത്മക ഘടകമാണ്. ചലനവേഗതയാർജിച്ചതും സത്വരവുമാവുമ്പോൾ ഇത് ഏറെ അത്യാവശ്യവുമാണ്. ഏറ്റവും ത്വരിതമായ മനുഷ്യസമൂഹത്തിലെ പരിണാമ നിലവാരത്തിൽ വൈരു

ധ്യാത്മക ഘടകങ്ങളെ കണ്ടെത്തി അതിനെ മുന്നോട്ടു തള്ളിനീക്കുക എന്നത് ഉൽപ്പാദനബന്ധത്തിലെ ശത്രുതാപരതയിൽ ഏറെ എളുപ്പമാണ്. നിലവാരത്തിന്റെ മറുഭാഗത്താവട്ടെ ഭൗതികലോകത്ത് ചലനാത്മകത ഏറ്റവും കുറഞ്ഞ അളവിലാണ്. മൊത്തത്തിലെ ഘടകങ്ങൾ തമ്മിലുള്ള വൈരുധ്യം കുറഞ്ഞ അളവിലാണെന്നതാണിതിനു കാരണം. അതുകൊണ്ടുതന്നെ ഭൗതികലോകത്തെ അന്വേഷണങ്ങളോടുള്ള അബോധപൂർവ്വമായ താത്വികവീക്ഷണം വൈരുധ്യാത്മകമെന്നതിനേക്കാൾ സൗഹാർദപരമായ സമതുലിതാവസ്ഥ നിലനിൽക്കുന്നതും ഏകീകൃതമായതും ആയതിൽ അത്ഭുതത്തിനവകാശമില്ല. ജൈവലോകത്തെ ചലനം ഈ രണ്ട് അറ്റങ്ങൾക്കുമിടയിലാണ് നിലകൊള്ളുന്നത്. സാമൂഹ്യലോകം മുതൽ അന്തിമമായി ഭൗതികലോകം വരെയുള്ള വിവിധ തലങ്ങളിൽ വൈരുധ്യവാദം നിഷ്പ്രയാസം പ്രസക്തമാക്കുന്നതിന് ഇത് ഇടയാക്കുന്നു. അതുകൊണ്ടുതന്നെ വൈരുധ്യവാദം ഭൗതികലോകത്തെ മനസിലാക്കുന്നതിൽ അതീന്ദ്രിയപരമോ ആശയപരമോ ആയി തോന്നുകയും അതേസമയംതന്നെ സാമൂഹ്യലോകത്ത് വൈരുധ്യവാദം സ്വാഭാവികമായി തോന്നുകയും ചെയ്യുന്നതിൽ അത്ഭുതമില്ല.

അതുകൊണ്ടുതന്നെ ബുദ്ധിജീവികൾ തങ്ങൾ സാമൂഹ്യലോകത്തെ മനസിലാക്കുന്നതിന് ചരിത്രപരമായ ഭൗതികവാദികളാണെന്ന പ്രഖ്യാപിക്കുകയും പ്രകൃതിയുടെ വൈരുധ്യാത്മകത മനസിലാക്കുന്നതിൽ പാരവശ്യം പ്രകടിപ്പിക്കുകയും ചെയ്യുന്നു. പ്രകൃതിയുടെ വൈരുധ്യാത്മകതയുടെ മറ്റൊരു വശം ആത്മനിഷ്ഠമായ വൈരുധ്യവാദമാണ്. അവിടെ പ്രകൃതിയെ വിവരിക്കുന്നതിൽ നമ്മുടെ കാഴ്ചപ്പാടുകളും സിദ്ധാന്തങ്ങളും മാറ്റുന്നതിന് വിധേയമാണെന്ന് അംഗീകരിക്കുവാൻ തയ്യാറാവുന്നില്ല. ലെനിൻ ആത്മനിഷ്ഠ വൈരുധ്യവാദവും പ്രകൃതിയുടെ വൈരുധ്യാത്മകതയും തമ്മിലുള്ള ബന്ധത്തെക്കുറിച്ച് അടിവരയിട്ടു പറയുന്നുണ്ട്. *വൈരുധ്യവാദത്തിൻെറ പ്രശ്നങ്ങൾ'* എന്ന കുറിപ്പിൽ ലെനിൻ ചൂണ്ടിക്കാണിക്കുന്നു:

> ഏതൊരു പ്രസ്താവത്തെയും നമുക്ക് അതിന്റെ ന്യൂക്ലിയസിൽ വെച്ചുതന്നെ വൈരുധ്യാത്മകമായി തുറന്നുകാണിക്കാൻ കഴിയണം. അതുവഴി വൈരുധ്യവാദം തന്നെയാണ് മനുഷ്യവിജ്ഞാനത്തിന് പൊതുവായിട്ടുള്ളതെന്ന് വ്യക്തമാക്കിക്കൊടുക്കാൻ കഴിയണം. പ്രകൃതിശാസ്ത്രം നമുക്ക് കാണിച്ചുതരുന്നത് വസ്തുനിഷ്ഠ പ്രപഞ്ചം ഇതേ ഗുണങ്ങളുള്ളതാണെന്നും അത് ഏകത്വത്തിൽനിന്ന് സാർവത്രികതയിലേക്ക് വളരുന്നതാണെന്നും അതിൽ വിപരീതങ്ങളുടെ പ്രവർത്തനഫലമായി മാറ്റങ്ങൾ, രൂപീകരണങ്ങൾ, ബന്ധങ്ങൾ ഒക്കെ ഉണ്ടായിക്കൊണ്ടിരിക്കുന്നതാണെന്നുമാണ്.

"വൈരുധ്യാത്മക ഘടകങ്ങളെ തിരിച്ചറിയുന്നത്" നമ്മുടെ ധാരണകൾക്ക് നിർണ്ണായകമായിത്തീരുന്നത് എന്തുകൊണ്ടാണ്? എന്തു

കൊണ്ടെന്നാൽ, വികാസമെന്നത് കൃത്യമായും വിരുദ്ധ ഘടകങ്ങൾ തമ്മിലുള്ള "ഏറ്റുമുട്ടലി"ൽനിന്നാണുണ്ടാകുന്നത്. സമകാലികശാസ്ത്രം വ്യക്തമായി ഇപ്പോൾ ഈ പദപ്രയോഗം നടത്തുന്നില്ല. എന്നാൽ, വൈരുധ്യാത്മക ഭൗതികവാദത്തിന്റെ വീക്ഷണത്തിൽ ശാസ്ത്രരംഗത്ത് ഇന്നുണ്ടായിക്കൊണ്ടിരിക്കുന്ന വളർച്ചയെ വൈരുധ്യാത്മകമായല്ലാതെ നോക്കിക്കാണാനാവില്ല. സോവിയറ്റ് സാഹിത്യത്തിൽ അധികവും ശാസ്ത്ര–സാങ്കേതിക പ്രശ്നങ്ങൾ അവതരിപ്പിക്കപ്പെട്ടിട്ടുള്ളത് വൈരുധ്യാത്മക ഭൗതികവാദ വിശദീകരണത്തോടെയാണ്.

സമകാലിക ശാസ്ത്രത്തെ സംബന്ധിച്ച വൈരുധ്യാത്മക കാഴ്ചപ്പാടിലുള്ള ഈ കുറിപ്പ് ഭാഷയുടെ മാത്രം പ്രശ്നമല്ല. *ഭൗതികവാദവും അനുഭവമാത്ര വിമർശനവും* എന്ന കൃതിയിൽ ജ്ഞാനസിദ്ധാന്തത്തെ സംബന്ധിച്ച് ലെനിൻ നടത്തിയ വിശദീകരണവും പിന്നീട് *തത്വശാസ്ത്രപരമായ നോട്ടുബുക്കുകളിലും* *വൈരുധ്യവാദത്തിൻെറ പ്രാധാന്യത്തെപ്പറ്റി* എന്ന കുറിപ്പിലും അദ്ദേഹം നടത്തുന്ന പരാമർശങ്ങളും തമ്മിൽ ഒത്തുനോക്കുമ്പോൾ ശ്രദ്ധേയമായ ഒരു ഊന്നൽ അദ്ദേഹം കൂട്ടിച്ചേർത്തിരിക്കുന്നതായി കാണാവുന്നതാണ്. ഭൗതികവാദത്തിന്റെ ജ്ഞാനസിദ്ധാന്തമാണ് വൈരുധ്യവാദം എന്ന് ലെനിൻ അടിവരയിട്ടു പറയുന്നു.

മൂലധനത്തിന്റെ പ്രാധാന്യത്തെക്കുറിച്ച് പ്രതികരിച്ചുകൊണ്ട് ലെനിൻ എഴുതി:

> മാർക്സ് തനിക്കു പിറകിൽ ഒരു 'തർക്കശാസ്ത്ര'ത്തെ വിട്ടിട്ടുപോയിരുന്നില്ലെങ്കിൽ അദ്ദേഹം വിട്ടിട്ടുപോവുക മൂലധനത്തിന്റെ തർക്കശാസ്ത്രമായിരുന്നു. അത് ഈ പ്രശ്നത്തിൽ പൂർണമായി ഉപയോഗപ്പെടുത്തുമായിരുന്നു. മൂലധനത്തിൽ മാർക്സ് ഒരേയൊരു ശാസ്ത്രം മാത്രമായിരുന്നു പ്രയോഗിച്ചത്. അത് യുക്തി, വൈരുധ്യവാദം, ഭൗതികവാദത്തിന്റെ ജ്ഞാനസിദ്ധാന്തം എന്നിവ മാത്രമായിരുന്നു. (മൂന്ന് വാക്കുകൾ ആവശ്യമില്ല അതെല്ലാം ഒന്നു തന്നെയാണ്) ഹെഗലിൽനിന്ന് വിലപ്പെട്ടതെല്ലാം അദ്ദേഹം എടുക്കുകയും അതിനെ കൂടുതൽ വികസിപ്പിക്കുകയും ചെയ്തു".

> അദ്ദേഹം തുടർന്നു പറയുന്നു,

> മാർക്സിസത്തിന്റെ ജ്ഞാനസിദ്ധാന്തം വൈരുധ്യവാദമാണ്. ഇതാണ് പദാർഥത്തിന്റെ അന്തഃസത്ത. പ്ലഹനോവൊഴികെ മറ്റാരും അധികം ശ്രദ്ധിക്കാതിരുന്ന കാര്യം.

ഈ പരാമർശത്തിൻെറ അർഥത്തെ സംബന്ധിച്ചുള്ള ഏറ്റവും നല്ല വ്യാഖ്യാനങ്ങളിലൊന്ന് ഇവാൽഡ് ഇല്യൻകോവിന്റെ *വൈരുധ്യാത്മക യുക്തിയാണ്*. വൈഗോട്ട്സ്കി മനഃശാസ്ത്രം സംബന്ധിച്ച തന്റെ പുസ്തകത്തിൽ ഈ ലെനിനിസ്റ്റ് ധാരണ ഉപയോഗപ്പെടുത്തിയിട്ടുണ്ട്.

എന്നാൽ, ഈ മാർക്സിസ്റ്റ്-ലെനിനിസ്റ്റ് ധാരണയെ അടിസ്ഥാനപ്പെടുത്തിക്കൊണ്ട് മറ്റു ശാസ്ത്രധാരകളിലൊന്നും അധികം പഠനങ്ങൾ നടന്നിട്ടില്ല. ഭൗതിക വിജ്ഞാനീയത്തിൽ വൈരുധ്യവാദം പ്രയോഗിക്കുന്ന ലെനിന്റെ ഈ നിലപാട് മുന്നോട്ടുകൊണ്ടുപോവുകയെന്നത് സമകാലിക മാർക്സിസത്തിനു മുമ്പിലുള്ള ഒരു വെല്ലുവിളി തന്നെയാണ്.

മനുഷ്യചിന്തയുടെ ചരിത്രമെടുത്താൽ നിരവധി തത്വശാസ്ത്രങ്ങൾ ഇന്നും നിലനിൽക്കുന്നുണ്ട്. എന്നാൽ, മുന്നോട്ടുവയ്ക്കപ്പെട്ടതിൽ ഏറ്റവും ആകർഷകമായത് വൈരുധ്യാത്മക ഭൗതികവാദം തന്നെയാണ്. കഴിഞ്ഞകാലത്ത് ഈ സിദ്ധാന്തം നേടിയ നേട്ടങ്ങളോടൊപ്പംതന്നെ സമകാലിക നേട്ടങ്ങളെയും ഉൾച്ചേർത്തുകൊണ്ട് താത്വികലോകത്ത് ഇന്നും യൗവനത്തോടെ നിലനിൽക്കുന്ന ലോകവീക്ഷണം വൈരുധ്യാത്മക ഭൗതികവാദം തന്നെയാണ്. നിരവധി തിരിച്ചടികളും പ്രതിബന്ധങ്ങളും നേരിടേണ്ടിവന്നിട്ടുണ്ടെങ്കിലും ഇന്നും സാമൂഹ്യലോകത്തെ മനസിലാക്കുന്നതിൽ അത് ശക്തമായ നേട്ടങ്ങളാണ് ഉണ്ടാക്കിക്കൊണ്ടിരിക്കുന്നത്. ചരിത്രത്തിന്റെ പരിണാമഗതിയിൽ ശാസ്ത്രനേട്ടങ്ങളെ ഉൾക്കൊണ്ടുകൊണ്ട് നേട്ടങ്ങളുണ്ടാക്കി മുന്നേറാൻ മനുഷ്യകുലത്തിന് കഴിയും.

കുറിപ്പുകൾ

1) എംഗൽസിന്റെ പ്രകൃതിയിലെ വൈരുധ്യാത്മകത എന്ന കൃതിയിൽ നിന്ന് പ്രസക്തമായ ഒരു ഭാഗം പൂർണമായി ഇവിടെ ഉദ്ധരിക്കാം:

"ഡാർവിന്റെ പിശക് സ്ഥിതി ചെയ്യുന്നത് പ്രകൃതി നിർദ്ധാരണത്തിലോ ഏറ്റവും അനുയോജ്യമായതിന്റെ അതിജീവനത്തിലോ എല്ലാം കൂടിക്കുഴച്ചതോ ആണ്. ഇത് തികച്ചും വ്യത്യസ്തമായ രണ്ട് കാര്യങ്ങളാണ്.

ഒന്ന്. അമിത ജനസംഖ്യയുടെ സമ്മർദം മൂലമുള്ള നിർധാരണം; അതിൽ ഏറ്റവും ശക്തിയുള്ളത് ആദ്യം അതിജീവിക്കുന്നു; എന്നാൽ ദുർബലമായവയ്ക്കും പല വിധത്തിലും അതിജീവിക്കാനാവും.

രണ്ട്. അനുയോജനത്തിന്റെ ശേഷി വർധനയിലൂടെയുള്ള നിർധാരണം; ഇതിൽ അതിജീവിക്കുന്നവ സാഹചര്യങ്ങളോട് നന്നായി ഇണങ്ങുന്നവയാണ്. പക്ഷേ, ഈ അനുയോജനത്തിന്റെ മൊത്തത്തിലുള്ള അർഥം പുരോഗതിയോടൊപ്പം അധോഗതിയും എന്നാണ് (ഉദാഹരണത്തിന് പരാദ ജീവിതത്തിലേക്കുള്ള അനുയോജനം തീർച്ചയായും അധോഗതിയാണ്).

പ്രധാന സംഗതി ഇതാണ്: ജൈവപരിണാമത്തിലെ ഓരോ മുന്നേ

റ്റവും അതേസമയം അധോഗതിയും കൂടിയാണ്; ഒരു വശത്ത് പരിണാമം ഉറപ്പിക്കുകയും മറ്റു നാനാദിശകളിലായി പരിണാമത്തിന്റെ സാധ്യതകൾ ഒഴിവാക്കുകയും.

എന്നാൽ ഇതാണ് അടിസ്ഥാനനിയമം."

2. *വൈരുധ്യാത്മക ഭൗതികവാദത്തിൻെറ പ്രാധാന്യത്തെക്കുറിച്ച് ലെനിൻ പറയുന്നുണ്ട്. അതിൽ അദ്ദേഹത്തിൻെറ കാലഘട്ടത്തിൽ രണ്ടാമത്തെ പദത്തിനാണ് ഊന്നൽ നൽകിയിരുന്നത്. മാർക്സിൻെറയും എംഗൽസിൻെറയും കാലഘട്ടത്തിൽ ആദ്യത്തെ പദത്തിനാണ് ഊന്നൽ നൽകിയിരുന്നത് എന്ന് അദ്ദേഹം സൂചിപ്പിക്കുന്നു. ഇപ്പോഴത്തെ കാലഘട്ടത്തിൽ, പോസിറ്റിവിസവും ആൻറീ–പോസിറ്റിവിസവും (ഇത് രണ്ടും ഭൗതികവാദവിരുദ്ധവുമാണ്) ഈ രണ്ട് പദങ്ങൾക്കും ഒരേ ഊന്നലാണ് നൽകുന്നത്.*

www.ingramcontent.com/pod-product-compliance
Lightning Source LLC
LaVergne TN
LVHW040833051026
849519LV00007BB/2834